झोपाळा

वपु काळे

मेहता पब्लिशिंग हाऊस

- *या पुस्तकातील लेखकाची मते, घटना, वर्णने ही त्या लेखकाची असून त्याच्याशी प्रकाशक सहमत असतीलच असे नाही.*

ZOPALA by V. P. KALE

झोपाळा : वपु काळे / कथासंग्रह

© स्वाती चांदोरकर व सुहास काळे

मराठी पुस्तक प्रकाशनाचे हक्क मेहता पब्लिशिंग हाऊस, पुणे.

प्रकाशक : सुनील अनिल मेहता, मेहता पब्लिशिंग हाऊस, १९४१, सदाशिव पेठ, माडीवाले कॉलनी, पुणे – ३०.

मुखपृष्ठ : चंद्रमोहन कुलकर्णी

प्रकाशनकाल : १९८० / जून, १९९३ / २५ मार्च, १९९९ / २५ मार्च, २००१ / ऑक्टोबर, २००७ / सप्टेंबर, २००८ / नोव्हेंबर, २००९ / फेब्रुवारी, २०११ / ऑगस्ट, २०१२ / जुलै, २०१३ / फेब्रुवारी, २०१५ / डिसेंबर, २०१६ / पुनर्मुद्रण : ऑक्टोबर, २०१८

P Book ISBN 9788177668971
E Book ISBN 9788184986396
E Books available on : play.google.com/store/books
https://www.amazon.in/b?node=15513892031

जावयाला 'दहावा ग्रह' का म्हणतात, मला माहीत नाही.
माझ्या बाबतीत, माझ्या लेकीवर सातत्यानं अनुग्रह करणाऱ्या
आणि तो सार्थ करणाऱ्या
राजन चांदोरकरांना आणि स्वातीला.

— वपु

अनुक्रमणिका

झोपाळा / १

अमिताभ-चिंटूचे चार दिवस / १२

श्रोता / ३०

किस्सा कुर्सीका / ४०

माया / ५४

एक मोती चिमणीचा / ६६

ऐकावे जनाचे / ७८

श्रीमंत रघुनाथराव पेशवे / ८९

एक क्षण भाळण्याचा / १०५

झोपाळा

माणसाला माणूस का म्हणायचं?
तर तो माणसासारखा दिसतो म्हणून.
तो माणसासारखा राहतो. तस्साच जगतो.
आणि, त्याहीपेक्षा भयानक गोष्ट म्हणजे तो विचार पण 'तस्साच' करतो.
'तस्साच' म्हणजे माणसाला साजेसा.
घोड्याला लावतात ती झापडं मधूनमधून दूर तरी केली जातात.
माणसांची झापडं दूर कोण करणार?
NO BODY.
म्हणूनच, ललित शहा जेव्हा इम्पोर्टेड टोयाटोमधून उतरला तेव्हा मी अवाक्
झालो.
एक तर त्या गाडीने माझी नजर फिरवली.
आणि गाडी चालवणाऱ्या बाईला पाहून मेंदूला झिणझिण्या आल्या; हे दुसरं.
केसांचा बॉब, बिनबाह्यांचा ब्लाऊज, कांतीपेक्षा तलम झिरझिरीत साडी. तीही
साहेबाच्या देशात तयार झालेली. डोळ्याला गॉगल, ओठाला लिपस्टिक आणि
गाडीतून उतरता उतरता तिने ललित शहाला केलेला शेकहँड...
हे सगळं झापडं उतरवणारं होतं.
Who is this Lalit Shah?
एक स्टेनो.
म्हणजेच दुसरा जे जे सांगेल ते ते लिहून घेणारा. शिपाई बोलवायला आला की
रेघारेघांची वही आणि पेन्सीलला टोक करायला सवड सापडली तर, नाही तर
तशीच पेन्सील घेऊन धावणारा एक स्टेनो.
ह्या माणसाला स्वत:चं मत नाही. साहेब जे सांगणार ते तो टाइप करणार. त्याच्या
तीन प्रती तयार करणार. एक साहेबाकडे. एक ओ.सी. म्हणून. एक स्टेनोची
कॉपी, म्हणजे त्याची स्वत:ची.
Here ends the matter.

हा साहेबाचा स्टेनो.
साहेब नसतो तेव्हा ह्याला काम नसतं. साहेब जर संध्याकाळी सातपर्यंत ऑफिसात थांबला, तर ललित लटकला.
पण मग दुसऱ्या दिवशी ललित उशिरा आला, तर त्याला कुणी जाब विचारीत नाही.
धावतपळत आपल्याला मस्टर पकडावं लागत नाही, ह्याचाच तो रुबाब करतो.
मी त्याला क्वचित केव्हा तरी डिक्टेशनला बोलावतो. शक्यतो ते धाडस मी करीत नाही.
कारण एक रिवाज. साहेबाच्या स्टेनोला हात लावायचा नाही. तो पुरुष असला तरी.
साहेबांचं काम लवकर संपलं तर राह्यलेल्या वेळेत ललित पेरी मॅसन किंवा चेस वाचत बसतो. चक्क ऑफिस अवर्समध्ये.
तसे इतर काही महाभाग पण वाचतात. अर्थात चोरून. ललितला पुस्तक लपवावं लागत नाही. तो त्याचाही रुबाब करतो.
रुबाब करणाऱ्यांचं हेच वैशिष्ट्य. केळीच्या सालीवरून जरी ही मंडळी घसरली, तरी घसरता घसरता रुबाब करतील आणि इतरांकडे 'हाय कंबख्त! तू तो कभी घसराही नही' अशा नजरेने बघतील.
'कळवा' नावाच्या सबर्बमध्ये ललित राहतो. ह्या स्टेशनाची मला, मी फास्ट ट्रेनमध्ये असलो की दया येते आणि गाडी तिथं थांबली की मला राग येतो. कळवा, चिंचपोकळी, कांजूर मार्ग, विद्याविहार, मुंब्रा, नालासोपारासारख्या स्टेशनांचं असंच होतं. कृष्णावताराची महती श्रेष्ठच, ह्यात शंका नाही. पण देवकीच्या सात मुलांनी मरण्यासाठीच जन्म घेतले होते काय? त्या बिचाऱ्यांची जशी अवस्था होते, तशी ही स्टेशनं आहेत असं मला नेहमी वाटतं.
पण ललितला 'कळव्या'चा पण रुबाब. त्याने तिथं फ्लॅट घेतला. त्याला तो स्वस्तात पडला. बायकोही नोकरी करत असल्याने, ललितला प्रश्न पडला नाही.
गंमत म्हणजे ललितची बायको पण स्टेनो आहे. त्याचं लव्ह मॅरेज. तेही तीन दिवसांत. सगळंच झटपट. शॉर्टहँडचा फायदा! इतर माणसं सहा-सहा महिने भटकून जे बोलत नाहीत ते ह्या दोघांनी तीन दिवसांत साधलं.
मी विचारलं, "पत्रिका शॉर्टहँडमध्ये छापल्या होत्या का रे?"
तो म्हणाला, "छापल्याच नव्हत्या."
"तुम्ही दोघं स्टेनो, मग घरी कोण कुणाला डिक्टेट करतं?"
ह्याचं उत्तर त्याने दिलंच नाही. तसा तो खूपदा गप्प बसतो. मी लक्ष देत नाही.
अशा माणसाने कळव्याला राहावं. ट्रेनने यावं.

पण आज टोयाटोमधून? बरोबर बाई? आणि तिने शेकहँड करावा?

मी न बोलावताच तो केबिनमध्ये आला. समोर बसला. मी गाडीबद्दल, बाईबद्दल विचारावं अशी त्याची अपेक्षा. त्या घटनेला आपण काहीही किंमत दिलेली नाही, असं स्वतःला बजावीत होतो मी. त्याला बोलायचं तर होतंच. सुरुवात कशी करावी ह्या घोळात तो अडकलेला.

'मी कारमधून आलो.' ही सुरुवात काही खरी नव्हे.

कारण मी म्हणणार, 'मी पाह्यलं.'

इथं संभाषण संपणार. पुढचा सगळा संवाद विझून जाणार. काहीतरी आठवून तो म्हणाला, "फोन करू का?"

"अवश्य."

त्याने नंबर फिरवला, 'श्याम आला का?' अशी चौकशी केली. 'ओके' म्हणत फोन बंद केला.

मग माझ्याकडे पाहत तो म्हणाला, "आज यायला हवा होता."

मी म्हणालो, "हनीमूनला गेलेला माणूस. ठरलेल्या दिवशी परत येईल, हे गृहीतच धरायचं नाही."

"बरोबर आहे. पण मला राहवलं नाही. I want to know Everything."

"भले!"

"तसं नाही. मी त्याला काही हिण्ट्स दिल्या होत्या. त्या..."

"ग्रेट आहात."

"हिण्ट्स म्हणजे तसं काही नाही हो! तो जरासा खुळचट आहे."

"कोणत्या अर्थाने?"

"त्याचं एक लव्हअफेअर होतं."

"बरं मग?"

"बायकोपासून काहीही लपवायचं नाही, हे त्याचं म्हणणं. पहिल्या भेटीत सगळं सांगणार हा त्याचा हेका. मी त्याला 'तो गाढवपणा करू नको' म्हणालो. ते त्याने ऐकलंय की नाही, एवढंच पाहायचं आहे."

"तो फार प्रामाणिक दिसतोय."

"प्रामाणिकपणा कुठं दाखवायचा हेही विचार करून ठरवायचं असतं. बायको कितीही चांगली– म्हणजे लाखात एक जरी असली, तरी काही काही गोष्टी तिला कधीही टॉलरेट होणार नाहीत आणि असं न सांगण्यासारखं प्रत्येकाच्या आयुष्यात थोडंफार घडतंच."

मी विचारलं, "प्रत्येकाच्या म्हणजे तुमच्याही..."

मी प्रश्न विचारला आणि मला फटकन् समजलं की त्याला हाच प्रश्न हवा होता.

त्याला त्याच्या स्वत:च्या हकिकतीकडे चर्चेची गाडी वळवायची होती आणि तेही, ती गाडी ओघाओघाने वळली आहे, असं भासवायचं होतं.

तो पटकन् म्हणाला, "माझ्यासुद्धा; आणि तेही एकदा नव्हे, दोनदा!"

प्रेमाप्रेमात खरं तर काहीही फरक नसतो. ओढ, कुतूहल, हुरहूर, झोप उडणं, उभं वारं लागणं आणि आपलं प्रेम हे जगातलं एकमेव प्रेम आहे असं वाटणं– हे प्रत्येकाच्या आयुष्यात घडतं. ललित शहाला पण तसं वाटत असल्यास नवल काय? त्याने आत्ताही एक सुस्कारा सोडला.

तो म्हणाला, "मी सध्या मजेत आहे. ह्या अवाढव्य शहरात, साध्या स्टेनोग्राफीवर मी मालकीचा फ्लॅट घेतलाय, कुणाचं देणं नाही, तरीही त्रास होतो."

मी विचारलं, "ती कोण होती?"

"तुम्ही आत्ता पाह्यलंत ना? तीच."

"काय सांगता काय?"

खांदे उडवीत तो म्हणाला, "अर्थात! तसा तो सगळा येडपटपणाच होता."

मी म्हणालो, "तुम्हाला आजही ते जाणवतंय त्याचा अर्थ तो येडपटपणा होता असं का म्हणायचं?"

ललितने विचारलं, "वय वर्ष पंधरा-सोळा. त्या वयातलं सीरियसली काहीही घ्यायचं नाही. पण ते मनातून जात नाही, हेही खरं."

"कुठं भेटली?"

"नवसारी."

"नवसारी?"

"येस्. नवसारी इज माय नेटिव्ह प्लेस."

"मराठी छान बोलता."

"शिक्षण इथं झालं. मराठी मीडियम. मला आता गुजराती चटकन् समजतसुद्धा नाही. सुट्टी पडली की मी नवसारीला पळत असे. तिथं आमचं मोठं घर होतं. मृदुला समोर राहायची. आमच्या घरी एक मोठा झोपाळा होता. आजुबाजूच्या सगळ्या मुली झोपाळ्यावर बसायला येत असत. सगळ्या यायच्या पण मृदुला येत नसे. मात्र तिचं सगळं लक्ष आमच्या घराकडे असायचं. माडीवर जाऊन ती सतत आमच्या घरातल्या झोपाळ्याकडे पाहत बसायची आणि मी तिच्याकडे. तिला म्हणे रीतसर आमंत्रण हवं होतं आणि मी ते करणार नव्हतो. झोपाळ्यावर धांगडधिंगा घालणाऱ्या मुलींच्या खेळात मी कधीच भाग घेतला नाही. मला मृदुला यायला हवी होती आपण होऊन. मी आमंत्रण न करता. ती येत नसे. माझी सुट्टी तिची वाट पाहण्यात जात असे. शाळेला सुट्टी लागली की पुन्हा नवसारी गाठायची. प्रथम नजर मृदुलाच्या माडीकडे वळायची. तीही पक्की. जहांबाज. तिला माझा येण्याचा दिवस माहीत असायचा. ती

माडीत उभी असायची. तशीच. ताठ, कोरा करकरीत चेहरा ठेवून. ती कधी मंद हसली नाही किंवा तिने कधीही निरोपादाखल हातही हलवला नाही.

एका मुक्कामात मात्र नवल घडलं. रात्रीचं जेवण आटपून मी एकटाच झोपाळ्यावर बसलो होतो आणि एवढ्यात मृदुला हातात एक पातेलं घेऊन आली. झोका थांबवून मी पाहत राह्यलो. पाच मिनिटांत, माझ्याकडे न बघता ती बाहेर पडली. मी स्वयंपाकघरात गेलो. आईला विचारलं, "ती कशाला आली होती?"

"तिला उरलेलं जेवण दिलं."

मला ती बातमी होती. मी हादरलो.

आई पुढे म्हणाली, "त्यांचं सगळं डबघाईला आलंय. परिस्थिती वाईट आहे. शेअरबाजाराचा काही भरवसा नसतो. येतात ते कधी जातात ह्याचा पत्ता लागत नाही."

मी विचारलं, "किती दिवस झाले?"

आई म्हणाली, "एक वर्ष होऊन गेलं. तिला ओळख देऊ नकोस. तुझ्या शाळेतल्या वह्यांची कोरी पानं एकत्र करून ती यंदा शिकते आहे. घरातल्या घरात तुझेच शर्ट तिच्या अंगात असतात."

मी मग विचारलं, "माझ्याशी एवढा आखडूपणा का करते?"

आई म्हणाली, "पूर्वी परिस्थिती जरा बरी होती आणि सध्या दैना झाली म्हणून."

मी न बोलता झोपाळ्यावर आलो आणि कधी नाही एवढा जोरजोरात झोके घ्यायला लागलो. मी कुणावर तरी चिडलो होतो. का?– ते समजत नव्हतं.

दुसऱ्या दिवसापासून आईने माझ्यावर एक कामगिरी सोपवली. रामाच्या देवळात जायचं आणि तिथं एक दिवा लावून यायचं. नवसारी सोडून येईतो मी ते काम करत होतो. गाडीत बसण्यापूर्वी मी आईला विचारलं, "दिवा लावायला कशाला सांगत होतीस?"

ती म्हणाली, "उगीच."

मी मग विचारलं, "मी गेल्यावर हे काम कुणाला सांगशील?"

तर आई गप्प. मी खनपटीला बसलो तेव्हा ती म्हणाली, "रोज जेवण नेताना मृदुलेला तुझा संकोच वाटत होता, म्हणून..."

नंतर मी काही विचारलं नाही. पण त्या दिवसापासून डोक्यात एक भोवरा सतत फिरत होता. माझे जुने शर्ट तिच्या अंगात असतात. माझ्या कपड्यांना तिच्या शरीराचा रोज स्पर्श घडतो. अगदी निकट स्पर्श. मनात वादळं उठायची. वहीवर अभ्यास करताना ह्याच वहीतल्या कोऱ्या कागदांना आता मृदुलेचा हात लागणार हा विचार मनात आला, की मी त्या कोऱ्या कागदांवरून खुळ्यासारखा हात फिरवीत असे. अभ्यास करता-करता मृदुला पटकन् समोर यायची. माझा शर्ट घालून. मग फार

त्रास व्हायचा. अंगातून वाफा निघायच्या. छे! It was really a torture.''
तेवढ्यात शिपाई आला. साहेबांनी शहाला बोलावलं होतं.
''Excuse me'' म्हणत शहा डिक्टेशनला गेला. कथानक अर्ध्यावर टाकून. माझ्या डोळ्यांसमोर इम्पोर्टेड 'टोयाटो'मधली बाई– आता ती बाई नव्हे तर– मृदुलेला सोडून. फरक इतकाच की मघाशी तिच्या अंगावर तलम साडी होती आणि आता मात्र कल्पनेने समोर उभ्या राहणाऱ्या मृदुलेच्या अंगात ललितचा शर्ट होता.
डिक्टेशन घेऊन ललित परत आला. तोपर्यंत मी त्याच्यासाठी चहा मागवला. चहा घेता-घेता तो म्हणाला,
''फारशी कहाणी खरं तर राह्यलेली नाही.''
''मृदुला बोलली कधी ते सांगा.''
''एका सुट्टीत मी अचानक न कळवता नवसारीला गेलो. एका सुट्टीत म्हणण्यापेक्षा आईने हकीगत सांगितली त्यानंतरच्याच सुट्टीत मी अचानक गेलो आणि मृदुलाला रेड हँडेड पकडली.''
''म्हणजे?''
''ती एकटीच आमच्या झोपाळ्यावर बसून मस्तपैकी गाणं गात होती. आज इतकी वर्षं झाली. मला गुजराती जवळपास येत नाही. पण ते गाणं ध्यानात आहे.''
''गाता का?''
''मला गाता कुठं येतं? तरी दाखवतो.''
ललितने हलक्या आवाजात गायला सुरुवात केली,
''वागे रे वागे रे धनाधन गन केरा ढोलढा ते.
गोकुळमा गान केरी, वेणू वागे छे वेरी,
गोपगोपी एनासुरे घरसोडी ने भानुभुलावे
ढोलढा रे!
दुरसी माडे थाय हरी रंग बन्सी केरी धून देह भुली ने, भान भुली ने हवे मळे मो संग. घट घट मां, व्यांपी राह्यलो, धरसोडी ने भानभुलावे ढोलढा रे.''
''वा, झकास!''
ललित म्हणाला, ''त्या दिवशी मलाही वाटलं, की पुढे जावं आणि म्हणावं, वा, झकास!''
''मग?''
''मग काय? वेडपट वय. पोच कमी. डोक्यात कुठला तरी राग. तिचं अभिनंदन करायच्या ऐवजी मी पुढे होऊन तिला विचारलं, ''केम, तारो बद्दा रुआब पती

गया?''

''झुलणाऱ्या झोक्यावरूनच तिने दाणकन् उडी मारली आणि ती घरी गेली. नंतर आईकडून मृदुला नवसारी सोडून चालली हे समजलं. देणी भागवण्यासाठी त्यांनी घर विकलं होतं. नवसारी सोडण्यापूर्वी झोपाळ्यावर मनसोक्त बसून घ्यायचं म्हणून ती आली होती. मी मग तातडीने मुंबईला परत यायचं ठरवलं. मृदुलाने नवसारी माझ्या डोळ्यांदेखत सोडू नये ही माझी इच्छा. तिच्याशी बोलायची इच्छा दांडगी होती, पण तरीही मी पुढाकार घेणार नव्हतो.''

''मग शेवटपर्यंत बोलला नाहीत?''

''तीच बोलायला आली. आई घरात नसताना. मी झोपाळ्यावर बसलेला. ती समोर येऊन उभी राह्यली. म्हणाली, ''तुम्ही माझ्यावर फार उपकार केलेत. मी तुम्हाला काय देऊ?''

मी म्हणालो, ''एकदा झोपाळ्यावर बस. बाकी काही नको.''

ती झोपाळ्यावर बसली आणि खूप रडली. मी झोका थांबला की देत राह्यलो. ती पुरे म्हणेपर्यंत मी झोके देत राह्यलो. निरोप घेऊन ती निघाली तेव्हा मी म्हणालो, ''आणखीन एक काम करशील का?''

ती थांबली. बळ एकवटून मी म्हणालो, ''तू सध्या माझा जो शर्ट घरात घालतेस, तो मला परत दे. आईला न सांगता दे. देशील?''– ती न बोलता गेली. तिने 'का?' असंही विचारलं नाही. पण सगळ्यांची नजर चुकवून तिने मला तो शर्ट आणून दिला आणि ती मागल्या पावली परत फिरली. तो शर्ट घेऊन मी मुंबईला परतलो. रात्री जेव्हा तो शर्ट मी माझ्या अंगात घातला तेव्हा अंगातल्या ज्वाळा शांत झाल्या. त्या रात्री जी झोप लागली तशी शांत झोप मृदुलाला पाह्यल्यापासून लागली नव्हती. दुसऱ्या दिवशी तो शर्ट छानपैकी धुऊन ठेवायचा असं मी ठरवलं. तो शर्ट मी स्वत: धुणार होतो. धुण्यापूर्वी सहज खिसा तपासला तर त्यात एक छोटी चिठ्ठी, 'हूं भविष्यमा तमने मळीश तो रूआबथी मळीश.'

तासाभराने शहा पुन्हा भेटायला आला.

''मी जातोय.''

''कुठे?''

''हाफ डे घेतला.''

''का?''

''खरं सांगू? काल मृदुला भेटली आणि तिने सगळं उधळून टाकलं.''

''तुम्हाला ती भेटली कशी पण?''

''चोवीस वर्षांनी भेटली. भेटली म्हणण्यापेक्षा मीच तिला भेटलो. नवसारी सोडून ती फॅमिली पुढे बडोद्याला गेली. पुन्हा नशीब फिरलं. हातात पैसा खेळू लागला. शेअरबाजारात पत वाढली. मृदुलाचं लग्न झालं. त्यानंतर बाईसाहेब सोळा वर्षं अमेरिकेत होत्या. अमेरिका सोडल्यावर, गाडीसकट भारतात आली. वडील गेलेले. पण तरीही ह्या बाईने काय करावं? नवसारीची प्रॉपर्टी पुन्हा विकत घेतली. त्याच माणसाकडून मला परवा तिचा पत्ता मिळाला. तिने जुहूला बंगला घेतल्याचं समजलं. चैन पडेना आणि विश्वास बसेना. हे सगळं खोटं आहे, असायला हवं असं म्हणत मी जुहूचा बंगला शोधून काढला. तर हे सगळं खरं ठरलं. तिने मला आग्रह करून ठेवून घेतलं. रात्रभर गप्पा मारल्या. गाणी ऐकवली. अमेरिकेतले कलर्ड फोटो दाखवले. परत कधी आली, कशी आली, बंगला कसा घेतला हे सगळं ऐकवलं. आज गाडीतून इथपर्यंत सोडलं.''

''मग जाता का?''

''माझं टाळकं एकदम आऊट झालंय. माझं आता कामात लक्ष लागणार नाही. मृदुलेने माझा कचरा करून टाकलान्. माझा सगळा आनंद घालवलान्. तिला शोधायच्या भानगडीत मी का पडलो, हेच मला कळत नाही. मी जातो.''

''अरे पण...''

शहा म्हणाला, ''तुम्हाला माहीत नाही, जुहूच्या बंगल्यात मृदुलाने प्रत्येक खोलीत लहान-मोठे झोपाळे बांधले आहेत. डनलॉपच्या गाद्यांसकट.''

चार-पाच महिन्यांनंतरची हकीगत. मी स्टेनोसाठी सारखे निरोप पाठवीत होतो आणि स्टेनो येत नव्हता.

कसा कुणास ठाऊक, पण ललित शहा आपण होऊन आला.

डिक्टेशन देत असतानाच शिपाई आत आला. आमचं काम चाललेलं पाहून तसाच बाहेर गेला.

डिक्टेशन संपल्यावर आमच्या अवांतर गप्पा सुरू झाल्या. शिपाई पुन्हा आत आला. काम संपल्याचं पाहून तो म्हणाला,

''बाहेर बाई भेटायला आल्या आहेत.''

''पाठवून दे.''

एक अनोळखी बाई समोर येऊन उभी राहिली आणि ललित ताडकन् उठून उभा राहिला.

''जसवंतीबेन तू?''

ती नुसती हसली.

ललित बाहेर गेला आणि अर्ध्या तासाने जसवंतीबेनला घेऊन पुन्हा आला. त्याने

जसवंतीला बसायला खुर्ची दिली आणि माझ्या परवानगीने टेलिफोन फिरवला. मृदुलाबेनला मागे सारील अशी जसवंतीबेन होती. पण ती ओढलेली, रापलेली वाटली. डोळ्यांखाली काळी वर्तुळं होती. तरीही चेहऱ्यावर एक झपाटणारा गोडवा होता. अंगावर खादीचं पातळ होतं. हातातल्या पिशवीला भोक असावं. कारण पिशवीतल्या कामाच्या कागदाचं टोक त्यातून बाहेर आलं होतं. हातात पर्स होती, पण त्याची झिप् मागेपुढे होत नव्हती. फोन संपताच 'थँक्स' म्हणत ललित तिला घेऊन गेला. गेला आणि पाच मिनिटांत पुन्हा आला.

"थोडा त्रास देऊ का?"

"By all means."

"शंभर रुपये आहेत का?– उद्या परत करतो."

"No harm."

पैसे घेऊन तो गेला.

तासाने परतला.

खूप बोलण्याच्या इराद्याने समोर बसला.

"हे आमचं दुसरं विझलेलं अफेअर."

"असं?"

"हे कॉलेजात असतानाचं."

"अच्छा, म्हणजे त्या मानाने..."

"गद्धे विशीतलं. ही जसवंतीबेन."

"बेन?"

"आता सगळ्या बेनच. दुसरं काय म्हणणार? अर्थात ती प्रथमपासून बेन ठरली."

"मग अफेअर कसं?"

"अफेअर म्हणजे, आमचाच पागलपणा. आम्ही क्लासमेट्स. पण आम्ही बसवाले आणि ती त्या काळापासून मोटरवाली. केव्हा तरी बाईसाहेबांनी बसस्टॉपवर अस्मादिकांसाठी गाडी थांबवली. कॉलेजक्वीनची गाडी आपल्यासाठी थांबली म्हटल्यावर काय वाटलं असेल कल्पना करा. भीत भीत बसलो. सगळ्या स्टुडंट्ससमोर रुबाबात उतरलो. टाळ्या आणि स्टँपिंगच्या दणदणाटात वर्गात प्रवेश केला. एकवीस रुपयांची भेळ खायला घातली सगळ्यांना. म्हणजे गराडाच पडला. कुणीतरी एकजण सावकार झाला. मी रातोरात हिरो झालो.

दुसऱ्या दिवशी पुन्हा स्टॉपसमोर गाडी. मी नम्रपणाने नकार दिला. तुमची लिफ्ट मला काल एकवीस रुपयाला पडली, हे मी तिला सांगितलं. तिने ऐकलं नाही. सकाळ-संध्याकाळ तिची गाडी मिळू लागली. भाबडेपणाने मी तिला सगळं

सांगत बसे. सगळं म्हणजे, मी तिला मृदुलाची आठवण म्हणून ठेवलेला शर्ट पण दाखवला.''

"काय म्हणाली?''

''ती म्हणाली, तू भाबडा आहेस. स्वाभिमानी आहेस. तुला रुबाब करता येतो, ही एक क्वालिटी आहे. तू इतरांपेक्षा निराळा आहेस.''

ती हे मनापासून म्हणत असावी. कारण तिने इतर कुणाशी मैत्री केली नाही. आमच्याबद्दल कॉलेजात गॉसिप सुरू झालं. आमच्याही डोक्यात हवा गेली आणि मी तिला लग्नाबद्दल विचारलं. तिने शांतपणे तिचं लग्न ठरलेलं असल्याचं सांगितलं. ती माझ्याकडे फक्त मित्र म्हणून बघत होती. गप्पागोष्टी करण्यासाठी तिला पुरुष हवा होता. मी मैत्रीचा गैरफायदा घेणार नाही असं तिला वाटलं. ते खरं तर सर्वांत मोठं सर्टिफिकीट होतं. पण त्या वयात मला तसली सर्टिफिकीटं नको होती. आमची मैत्री संपली. तिचं लग्न झालं. मी लग्नाला गेलो. त्यानंतर ती खूपदा भेटली. तिने तिचा पेडर रोडवरचा फ्लॅट पाहायला– तिचा तृप्त संसार मी पाहावा म्हणून मला हजारदा बोलावलं. मी गेलो नाही. जेव्हा जेव्हा भेटत राह्यली तेव्हा तेव्हा ती आमंत्रण देत राह्यली. मी तिला बोलवीत नाही म्हणून रागावत गेली. माझ्या कळव्याच्या एवढ्याशा जागेत मी तिला कसं बोलावणार? तरी तिने माझा पत्ता मिळवला. एकदा न सांगता आली पण होती. मी घरात नव्हतो. कंपनीचं कॅलेंडर न चुकता खूप वर्षं पाठवीत होती. ते कॅलेंडर मी कुणाकुणाला देत असे. नंतर तिने सगळं बंद केलं आणि आता एवढ्या वर्षांनी ती माझा शोध घेत घेत इथं आली.''

"कशी आली?''

''मुलाला नोकरी हवीय. ओळख हवी म्हणून आली.''

"तिची अशी अवस्था...''

''धंदा म्हटलं म्हणजे असं असतं. पार्टनर्सनी पानं पुसली. दिवाळं फुंकलं. जसवंतीचा नवरा पण जरा विचित्रच.''

"विचित्र म्हणजे?''

''ऐट, दिमाख करायला गेले. त्यात रेस, जुगार आणि बाई...''

"अरेरे!''

''तुमच्याकडून शंभर घेतले ते तेवढ्यासाठी.''

मी विचारलं, "मग आता ही राहते कुठे?''

''कळव्याच्या पलीकडे. अंबरनाथला थेट.''

"माय गुडनेस्.''

''तिच्या नवऱ्याची प्रॉपर्टी तशी अनेक ठिकाणी विखुरलेली. अंबरनाथला एक

चाळ होती ती त्याचीच. तिथं दोन खोल्यांत गेली राहायला. धिस् इज लाइफ! ह्या रविवारी आता काय वाटेल ते करून अंबरनाथला भेटायला गेलं पाह्यजे."
"सहज?"
"सहज आणि आता अधूनमधून चौकशी करायलाच हवी."
"का?"
"She needs me."
हसायचं मनात नसताना मी हसलो.
"का हसलात?"
"खरं बोललो तर रागवाल."
"नाही रागवत."
" मि. शहा, मला वाटतं तुमचं मृदुलावर पण प्रेम नव्हतं, तसंच जसवंतीवरही."
"का, का, कशावरून?"
"मृदुलाकडे पाह्यल्यावर तुम्हाला आनंद व्हायला हवा होता आणि जसवंतीची परिस्थिती पाहून तुम्हाला त्रास व्हायला हवा होता. पण तुमच्या प्रतिक्रिया अगदी उलट्या आहेत."
ललित म्हणाला, "ते मला माहीत नाही. मला फक्त एवढंच माहीत आहे की, मृदुलापेक्षा माझी गरज जसवंतीला जास्त आहे."
ललित असं म्हणाला त्यावर मी गप्प बसायला हवं होतं. पण मला गप्प बसवेना. मी म्हणालो, "जसवंतीला तुमची जेवढी गरज आहे त्यापेक्षा तुम्हाला तिची जास्त गरज आहे."
मला जे म्हणायचं होतं ते ललितला बरोबर समजलं.
"This is noted."
एवढंच बोलून तो ताठ मानेने केबिनच्या बाहेर पडला.
त्याच्या रुबाबाकडे पाहतानाच मनात विचार आला–
'अशी जसवंतीबेन भेटावीच लागते, त्याशिवाय जुहूच्या बंगल्यातले झोपाळे विसरता येत नाहीत.'

◆

अमिताभ-चिंटूचे चार दिवस

नावावर एक कवितासंग्रह – एक कादंबरी.

सतरा कथासंग्रह – तीन एकांकिकासंग्रह.

एक लघुनिबंधसंग्रह – ह्यापैकी दोन संग्रहांना सरकारी पारितोषिकं.

एवढा नावलौकिक आणि ग्रंथसाधना असलेला लेखक एकाएकी वेड्यासारखा वागायला लागला तर तुमचा विश्वास बसेल का?

तुम्ही कदाचित म्हणाल, 'लेखक येडपटच असतात. मुद्दाम वेड्यासारखं वागण्याची त्यांना गरज काय?'

तरीही, रत्नाकर सोनटक्केचं वेड निराळ्याच प्रकारचं ठरलं.

खरं तर तो नेहमीसारखा बसच्या रांगेत उभा होता. वर ऊन तळपत होतं. वेड लागायची पाळी आली होती. घाम येऊन येऊन माणसं जर मेणासारखी वितळली असती तर मुंबईत आज फक्त इमारती आणि रस्ते एवढंच उरलं असतं.

पण मुंबईकरांना हे नवीन नाही.

बस येत नाही आणि हवा इतकी वाईट, एवढ्यासाठी कुणी समोरच्या सिनेमाचं पोस्टर फाडेल काय?

ध्यानीमनी नसताना सोनटक्के एकाएकी पळत सुटला. अमिताभच्या कोणत्या तरी आगामी चित्रपटाचं पोस्टर फूटपाथवर उभं करण्यात आलं होतं. ते वीस फूट बाय आठ फूट असावं. कोपऱ्यावरच्या इमारतीच्या गच्चीवर ते चढवायचं होतं. कंपनीची माणसं त्या खटाटोपात होती. त्या पोस्टरसमोर एक कलिंगडाची हातगाडी उभी होती. रत्नाकर प्रथम गाडीकडे धावला. त्याने गाडीवरची मोठी सुरी उचलली. पोस्टरवर चार-पाच चेहरे झळकत होते. पण रत्नाकरचा रोख फक्त अमिताभवर होता. त्याने हां हां म्हणता अमिताभचा चेहरा पोस्टरवरून वेगळा केला.

कंपनीची माणसं धावली. कंपनीचाच ट्रक तिथं उभा होता. त्या सात-आठ माणसांनी रत्नाकरला ट्रकमध्ये टाकलं. ड्रायव्हरने ट्रक सुरू केला.

हिंदी चित्रपट तर सोडाच, पण रत्नाकर सिनेमांची पोस्टर्स पण बघत नसे.

सोहराब मोदी, बॉम्बे टॉकीज, प्रभात, नवयुग, हंस वगैरे कंपन्यांनी पेश केलेल्या, एकाहून एक वरचढ चित्रपटांचा जमाना कधीच संपला होता. 'गल्ला' हा शब्द त्या काळात देव झाला नव्हता. कलेच्या निर्मितीबद्दल जशी एक तळमळ होती त्याबरोबर काही तरी सांगण्याची ओढ होती.

पण रत्नाकरच्या मते तो जमाना संपला होता. तसं सगळंच चांगलं चांगलं संपलेलं होतं. उत्तम क्रिकेट उताराला लागलेलं होतं. कर्तबगार पत्रकार उरले नव्हते. उत्तम नाटक, उत्तम संगीत– फार कशाला आदराने मान वाकवावी असे नेते पण उरले नव्हते. सगळीकडे केवळ गोंधळ.

सगळ्या राष्ट्राचाच हिंदी सिनेमा झाला होता. चित्रपटसृष्टीवर कशासाठी प्रेम करावं हेच रत्नाकरला समजत नव्हतं. चौकाचौकातून बघायचं काय? तर पाठ उघडी टाकलेल्या बायका आणि पिस्तुल रोखलेले पुरुष.

पण रत्नाकरचं नशीब असं की, त्याच्या घरात बरोबर ह्याउलट वातावरण. बायको आणि दोन्ही मुलं सिनेमापायी जवळजवळ मोडीत निघालेल्या. बरं, शेजारी तरी चांगला भेटावा?

तो तर साक्षात फिल्लमवालाच निघाला.

त्याने अमिताभच्या चित्रपटाचे पासेस आणून दिले. लेकीने आणि कलत्राने सत्याग्रह केला.

रत्नाकरला सिनेमाला ओढून नेलं.

थिएटरच्या बाहेर पडल्याबरोबर सुकन्येने विचारलं, ''बापू, पिक्चर आवडला?''

''आवडला, पण...''

''पणबीण नाही. तुम्ही अगोदर आवडलं म्हणालात.''

तेवढ्यात सुपत्नी म्हणाली, ''गोष्टीत काहीतरी खुसपट काढायचं असेल. काढून दाखवाच. पहिल्यापासून कथा इतकी छान गुंफत नेली आहे की...''

सुकन्या म्हणाली, ''मला फक्त अमिताभ कसा वाटला ते सांगा.''

रत्नाकर प्रामाणिकपणे म्हणाला, ''अमिताभबद्दल प्रश्नच नाही.''

''म्हणजे मी उगीच पागल नाही ना झाले?''

सुकन्या प्रश्न विचारते न विचारते तोच सुपत्नी म्हणाली,

''मी काय म्हणतेस? आम्ही दोघी असं विचार.''

लग्नात 'नातिचरामी' शपथ घेणाऱ्या बायकोकडे पाहत रत्नाकर मुद्दाम म्हणाला, ''पण...''

''काय, पण काय?''

''कथा पटत नाही.''

''काय नाही पटलं...''

"तुमच्या त्या अमिताभला..."

सुकन्या म्हणाली, "आई बघ हं, 'तुमच्या' म्हणतात मुद्दाम..."

सुपत्नी शांतपणे म्हणाली, "म्हणू देत. तो आपलाच आहे. सांगा पुढे."

रत्नाकर म्हणाला, "त्याला म्हणे ब्रेन ट्यूमर होतो..."

"हो, आणि ऑपरेशनमध्ये तो मरण्याची शक्यता असते."

"म्हणून तो खुनी माणसाचा शोध लावून, एक लाख रुपये आईला मिळवून द्यायला निघतो."

"अर्थातच. थोड्या अवधीत जास्त पैसे मिळवून द्यायचे म्हणजे..."

"अरे पण, काही वास्तवता?"

सुकन्येने विचारलं, "म्हणजे कसं?"

रत्नाकर म्हणाला, "मला जेव्हा हार्ट अॅटॅक आला होता तेव्हा तो रामन राघव सापडत नव्हता. मी तेव्हा चांगली नोकरी सोडून त्या रामन राघवच्या मागे लागलो असतो तर..."

सुपत्नी लेकीला म्हणाली, "ऐकलंस ना, अमिताभला चांगलं म्हणायचं नाही म्हणून स्टोरीवर घसरतील."

सुकन्या म्हणाली, "बापू, लेखकाने स्टोरी तशी लिहिली ह्यात अमिताभची काय चूक? तुम्ही त्याच्या कामाबद्दल बोला."

रत्नाकर म्हणाला, "मी लेखक आहे. माझं पहिलं लक्ष स्टोरीकडे असतं. आपल्या मनात कोणताही जुना चित्रपट रेंगाळतो तो त्याच्या स्टोरीमुळे. म्हणूनच कथा लॉजिकल हवी. जेवायला गेल्यानंतर स्वयंपाकच चांगला व्हायला हवा. वाढपी कसा स्मार्ट होता पण..."

सुपत्नी म्हणाली, "हिंदी सिनेमा म्हटल्यावर काही गोष्टी गृहीत धरायला हव्यात."

रत्नाकर म्हणाला, "हिंदी सिनेमा म्हटल्यावर मी सगळंच गृहीत धरायला तयार आहे. अमिताभसारख्या खुनी माणसाचं ऑपरेशन करायला डॉक्टर तयार होत नाहीत म्हणून आरशात बघून बघून अमिताभने स्वतःच आपल्या मेंदूवर शस्त्रक्रिया केली असं जरी दाखवलं तरी..."

"आता बघ, टोकाला नेतील."

"आणि आई, मघाशी त्याला वाढपी म्हणाले."

"तेच. बायकांना मत्सरी म्हणायचं, पण पुरुष पराकोटीचे मत्सरी असतात. आपण दोघी अमिताभवर जीव टाकतोय ना? ते असंच बोलणार. पण तरीही सांगते, अमिताभ तो अमिताभ! त्याची सर..."

"म्हणूनच असली बंडल भूमिका केली. मी असल्या स्टोरीत कामच केलं नसतं."

सुकन्येने विचारलं, ''बापू, तुमची तरी प्रत्येक कथा परफेक्ट असते का हो?''
''जाऊ दे बेटा, त्यांच्या नादी लागू नकोस.''
घरी गेल्याबरोबर जेवण उरकायचं आणि तडक टेबल गाठायचं आणि बरेच दिवस रेंगाळलेली कथा पुरी करायची असं रत्नाकरने ठरवलं. पुढे काय लिहायचं ह्याची सगळी जुळणी तयार होती. तटबंदीपाशी सगळं सैन्य, इशाऱ्याची वाट बघत थांबावं तसे विचार खडे होते. फक्त वेस उघडायची खोटी होती.
पण तेवढा आनंदही त्याच्या मालकीचा राहिला नाही. घरात पाऊल पडताच, पाठोपाठ पडोसी आत आला.
''ऑथर, पिक्चर कैसा था?''
''अच्छा था.'' रत्नाकरने रीत म्हणून उत्तर दिलं. पिक्चर आवडलं म्हटलं की, पुढचं संभाषण टळलं. 'नाही आवडलं' म्हटलं की चर्चा आली, चिकित्सा आली, वादविवाद आला. ह्या गोष्टींना मूड नव्हता.
तटबंदीपाशी सैन्य तयार होतं. इतकंच नव्हे तर हळूहळू ते अशांत व्हायला लागलं होतं. नंतर रत्नाकरच्या ध्यानात आलं की पडोसीनेदेखील तो प्रश्न आपल्याला केवळ रीत म्हणून विचारला होता. त्याचे खरे चाहते दुसरेच होते. आणि त्यानंतरचा दीड तास अमिताभ आणि अमिताभ ह्याशिवाय दुसरी बात नव्हती. सुकन्येचं ठीक होतं, पण व्हॉट अबाऊट सुपत्नी?
ती आता पत्नी नव्हतीच.
तिची कन्याच झाली होती. क्षणभर रत्नाकरला वाटलं की अमिताभबद्दल बोलताना तिचं केवळ वयच नव्हे तर पंधरा-वीस पौण्ड वजनही कमी झालेलं आहे.
रत्नाकरच्या पोटात कावळे आणि तटबंदीपाशी सैन्य कोकलत होतं. पण पडोसी, सुकन्या, सुपत्नी अमिताभमध्ये हरवली होती. जया सध्या त्याच्याबरोबर कशी वागते ह्याचं पडोसीकडून वर्णन ऐकता-ऐकता, भूक लागलेल्या नवऱ्याशी ह्या क्षणी आपण कशा वागत आहोत हे सुपत्नी साफ विसरली होती.
पडोसी कटता कटेना. शेवटी त्याच्या घरातला फोन वाजलेला ऐकू आला तेव्हा तो उठला. दार लावून घेत रत्नाकर त्या दोघींना म्हणाला, ''एवढी भक्ती परमेश्वराची केली असती तर साक्षात प्रभु रामचंद्राने दर्शन दिलं असतं.''
सुपत्नी म्हणाली, ''रामापेक्षा आम्हाला दोन मिनिटं अमिताभ भेटला तरी खूप झालं. मग आयुष्यात काऽऽही नको.''
सुकन्या म्हणाली, ''आई आयडिया– आपण रामालाच रिक्वेस्ट करायची की तू दहा अवतार घेतलेसच. आता अमिताभचा मेकअप कर आणि भेट.''
सुपत्नी म्हणाली, ''अमिताभच्या रूपात ये आणि अंगावर कम्प्लीट व्हाईट ड्रेस हवा.''

त्यानंतर मायलेकींनी कपडे बदलले आणि मग जेवणं आली.

झोपता-झोपता रत्नाकरने विचारलं, ''कुणाची पत्रं-फोन...''

''तुमचे प्रकाशक मुळे, त्यांचा फोन होता.''

''तुम्हाला उद्या फोन करायला सांगितला आहे.''

''मुळ्यांच्या ऑफिसात ना?''

''नाही, आणखीन एक नंबर दिलाय त्यांनी.''

''लिहून ठेवलाय का नीट?''

''पाठ आहे. फोर, सेव्हन, टू, झीरो, वन, फोर.''

रत्नाकर आश्चर्याने म्हणाला, ''नंबर लक्षात राह्यला, नवल आहे!''

सुपत्नी म्हणाली, ''मी अमर अकबर चार वेळा पाह्यला. शोले सात वेळा पाह्यला. चारावर सात सत्तेचाळीस. पुढचे आकडे, वीसशे चौदा म्हणजे अमिताभच्या एका मोटारीचा नंबर. सोपा तर आहे.''

दुसऱ्या दिवशी डिक्टेशन देताना रत्नाकर सहज स्टेनोला म्हणाला,

''काल तुमचा तो अमिताभ पाह्यला.''

''अय्या! कोणतं पिक्चर?''

''मजबूर.''

'मजबूर' म्हटल्याबरोबर स्टेनो 'हुईऽऽ' करून ओरडली. तिने खुर्चीतल्या खुर्चीत उडी मारली. लोपेससाहेबांनी खूण करून 'काय झालं?' म्हणून विचारलं,

''तुम्ही पण अमिताभच्या फॅन दिसताय.''

''मी एकटी नाही– आम्ही सगळ्या.''

''म्हणजे कोण कोण?''

''माझी तीन वर्षांची भाची आहे, तिच्यापासून माझ्या आतेपर्यंत...''

''आत्याही? त्यांचं वय...''

''ती आता बावन्न वर्षांची आहे. माझ्या भावाने आम्हा सगळ्यांना मजेदार नावं ठेवली आहेत.''

''म्हणजे कशी?''

''माझं नाव उषा, तेव्हा तो मला उषा फॅन म्हणतो. भाचीला हातातला छोटा जपानी फॅन म्हणतो. मोठ्या बहिणीला टेबल फॅन, आईला सिलिंग फॅन म्हणतो. फक्त आत्याला काय म्हणायचं ते...''

रत्नाकर किंचित उपरोधाने म्हणाला,

''एक्झॉस्ट फॅन म्हणा.''

लंच अवरमध्ये कुणीतरी पिक्चरचा विषय काढला.
संभाषणाची गाडी अमिताभवर आली. बाबुराव कुळकर्णींनी रत्नाकरला विचारलं,
"तुम्हाला अमिताभचं इन्फेक्शन झालं की नाही?"
"इम्पॉसिबल."
"आमच्या घरी जाता-येता विषय सिनेमा, नट, नट्या हाच असतो. चिरंजीव तर 'ए' फॉर ॲपल न म्हणता 'ए' फॉर अमिताभ, बी फॉर बबिता, सी फॉर चिंटू, डी फॉर धमेंद्र, एच फॉर हेमा असं काहीतरी म्हणतो."
"तुम्ही अशा वेळी काय करता?"
"कानाखाली आवाज करतो."
रत्नाकर म्हणाला, "आम्हाला तुमचा हेवा वाटतो."
"का?"
"तुमच्यात तशी हिंमत आहे म्हणून."
बाबूराव म्हणाले, "तुमच्या घरी असं काही होणारच नाही. तुम्ही लेखक– तुमच्या घरी सतत ऊठबस होणार ती विचारवंतांची. तुमची मंडळी तुमच्यासारखी झाली असतील."
"बाबूराव, भ्रम आहे भ्रम! आमच्या घरी आमची सुकन्या आणि तिची प–पू–मा दोन्ही 'गॉन केसेस.' आमच्या बायकोला एकदाच अमिताभच्या आईची आणि मुलीला त्याच्या बहिणीची भूमिका करायची आहे."
बाबूरावांनी विचारलं, "आई, बहीण ह्या भूमिकेत काय चार्म?"
"बायको म्हणते, अमिताभ एकदा तरी 'माँ' असा टाहो फोडीत मिठी मारील की नाही? आणि मुलगी म्हणते, 'भय्या' असं म्हणत मी त्याला मिठी मारीन."
बाबूराव गंभीर होत म्हणाले, "सोनटक्के, फॅमिलीला आवरा."
"आवरा काय, त्यांचं तर असं म्हणणं आहे की असे सीन्स टाकून मीच एक कथा लिहावी."
सोनटक्केने एवढं सांगताच बाबूरावांना निराळाच हुरूप आला. ते म्हणाले, "समजा, उद्या एखाद्या प्रोड्यूसरने तुम्हाला एका कथेचे पंचवीस हजार दिले, तुमच्यासहित सगळ्यांना सिनेमात काम दिलं, त्याचे वर एक लाख रुपये दिले, तर तुम्ही काय कराल? विचार करा."
रत्नाकरने काहीच उत्तर दिलं नाही.

पण रात्री एक भयानक स्वप्न पडल्यामुळे तो रात्रभर जागा राह्यला. त्या स्वप्नात अमिताभ मध्ये झोपला होता. एका बाजूला रत्नाकरची सुपत्नी आणि एका बाजूला सुकन्या. तिघंही एकमेकांना मिठ्या मारून रडत होते आणि समोरच्या

भिंतीवर रत्नाकरचा हार घातलेला फोटो होता.
दुसऱ्या दिवशी बाबूरावांनी पुन्हा विचारलं, ''एक वेळ तुम्ही काम करू नका, पण स्टोरीचं काय? पंचवीस हजार...''
रत्नाकर म्हणाला, ''आमच्या फॅमिलीला काम मिळालंच तर मी कथेत असं दाखवीन की, अमिताभची आई त्याच्या लहानपणीच त्याला सोडून गेली आहे. त्यामुळे त्या घरात आईचा फक्त फोटो, फार तर पुतळा आहे. दॅटस ऑल!''
''आईचा म्हणजे मिसेस् सोनटक्क्यांचा.''
''येस.''
''मग बहिणीचं काय?''
''आई गेली ह्याचा धक्का सहन न होऊन ती परांगदा होते आणि एकटीच आफ्रिकेच्या जंगलात गात गात भटकते.''
बाबूराव म्हणाले, ''सोनटक्के, तरी तुमची सुटका नाही. तुमची बायको आणि मुलगी नक्की एकदा मिठी मारणार.''
''कशी काय?''
''हे हिंदी प्रोड्यूसर, तुम्हाला न सांगता ह्याच कथेत एक ड्रीम सिक्वेन्स टाकतील. त्यात सगळे एकमेकांना भेटतात, असं दाखवतील.''
रत्नाकर वैतागून म्हणाला, ''जाऊ दे, बाबूराव छळू नका.''
''मी छळत नाही, पण सोनटक्के, फॅमिलीला आवरा.''
रत्नाकरने विचारलं, ''कसं आवरायचं?''
''मी आवरतो तसं.''
''म्हणजे झोडपायचं...''
''प्रत्येक वेळी झोडपावं लागत नाही. पण मुळमुळीत धोरण मात्र अजिबात उपयोगी नाही. मी एकही हिंदी सिनेमा बघत नाही. घरातल्यांना बघून देत नाही. ट्रॅन्झिस्टर मी घरात असताना लावायचा नाही, अशा माझ्या ऑर्डर्स आहेत. फिल्मी साप्ताहिकं, मासिकं दिसली तर मी ती फाडून टाकतो. सिनेमा, नट-नट्या ह्यांवर चर्चा करायला बंदी आहे. सिनेमाचं हे विष मुळासकट उपटलं पाहिजे.''
''टीव्ही, छायागीत... त्यांचं काय करता?''
''माझ्या घरात टीव्ही नाही. मी तो कधी घेणार नाही.''
रत्नाकर म्हणाला, ''चित्रपट हे फार जबरदस्त माध्यम आहे. जनमानसावरची पकड...''
बाबूराव म्हणाले, ''त्याला वर्तमानपत्रवाले जबाबदार आहेत. त्यांनी नटनट्यांचं विलक्षण स्तोम माजवलेलं आहे. ते त्यांचे फोटो छापतात, मुलाखती छापतात.

लफडी पण डौलात छापतात आणि नटनट्यांच्या भानगडींवर फार रसिकतेने माणसं बोलतात. त्यातही बायकांचं प्रमाण जास्त आहे. स्वैराचाराची ज्यांना जास्तीत जास्त चीड यायला हवी, त्यांनाच त्याची लज्जत वाटते. तेव्हा सोनटक्के, फॅमिलीला आवरा.''
तेवढ्यात रत्नाकरला भेटायला कुणी पाहुणे आले म्हणून बाबूराव निघून गेले. रत्नाकरचं व्याख्यान ठरवण्यासाठी कोल्हापूरहून काही मंडळी आली होती. नमस्कार चमत्कार झाल्यावर चार डिसेंबरचा रविवार रिकामा आहे का, हे त्यांना हवं होतं.
रत्नाकर म्हणाला, ''तीन किंवा चार कोणती तरी एक तारीख गेलेली आहे. आता आठवत नाही.''
''मग त्याच्या पुढची?''
''फोन करून सांगतो.''
रत्नाकरने घरी फोन लावला. सुपत्नी फोनवर येताच त्याने विचारलं,
''पुण्याच्या संस्थेला मी व्याख्यानासाठी कोणती तारीख दिली आहे ते बघ. त्याला जोडून जमलं तर कोल्हापूरला जाईन.''
''कुणी आलंय का तिकडे?''
''हो, इथं समोरच आहेत.''
''एक मिनिट.''
एक मिनिटाने पलीकडून उत्तर आलं.
''तुमचा पुण्याचा कार्यक्रम ना? सांगते. मी किती परफेक्ट इन्फर्मेशन ठेवते बघा.''
''सांग लवकर.''
''अमिताभ-जयाच्या लग्नाच्या वाढदिवसाच्या दोन दिवस अगोदर आहे.''

बऱ्याचशा चिडलेल्या अवस्थेत रत्नाकर घरी आला, तर घरात पार वेगळं वातावरण. सुकन्या आणि त्याहीपेक्षा सुपत्नी अत्यंत प्रसन्न चेहऱ्याने सामोरी आली. रत्नाकरला अतिशय आवडणारी साडी सुपत्नीच्या अंगावर होती. सुकन्या रत्नाकरसाठी चहा करायला गेल्यावर, सुपत्नी संधी साधून पटकन् जवळ आली. तिने रत्नाकरचं एक धावतं चुंबन घेतलं.
रत्नाकर पृथ्वीवर यायच्या आत सुपत्नी म्हणाली, ''एक... एकच रिक्वेस्ट करणार आहे. करू?''
''कर.''
''फक्त दोनच तासांसाठी आपल्या घरात शूटिंग करायची परवानगी द्याल?''

"शूटिंग? फक्त दोन तास?"

"घड्याळ लावून दोन तास आणि विशेष काही नाही. शेट्टीचा नोकर दार उघडतो. अमिताभ त्याला एक ठोसा मारतो. तेवढ्यात शेट्टी बाहेर येतो. शेट्टी आणि त्याची मारामारी होते. शेवटी अमिताभ शेट्टीला खिडकीतून फेकून देतो."

"बस, इतकंच?"

"इतकंच!"

"मग त्यांना आपलंच घर का हवंय?"

"तसं काही नाही. मेननने विचारलं, मी म्हणाले ह्यांना विचारून सांगते."

तेवढ्यात सुकन्येने मिठी मारली.

"बापू, प्लीज परवानगी द्या. तुम्ही 'हो' म्हणालात तर मला अमिताभला जवळून पाहायला मिळेल. आणि आईला..."

"हं. सांग आईला काय..."

"तिला तिच्या हातचं बैंगनभरता अमिताभला खायला घालता येईल."

नेहमीप्रमाणेच रत्नाकर विरघळला. रत्नाकरच्या घरात एक नवं चैतन्य खेळू लागलं. कधीही जिने न उतरणारी सुपत्नी स्वत: उत्साहाने खाली उतरली. दोन किलो वांगी घेऊन आली. दुसऱ्या दिवशीची सकाळ बैंगनभरताच्या वासाने दरवळून निघाली. पण सिनेमावाल्यांपैकी एकहीजण रत्नाकरच्या घरी फिरकला नाही.

पडोसीने शांतपणे सांगितलं, "डेट पोस्टपोन हो गयी."

दोन किलोंचं केलेलं बैंगनभरता रत्नाकर सतत तीन दिवस संपवीत होता. एकदा शिजवलेला पदार्थ तीन-तीन दिवस खराब होऊ न देणारा फ्रीज रत्नाकरला दैत्यासारखा वाटला. 'बिअर' चिल्ड करून, आपल्याला म्हातारीच्या कापसासारखं हलकंफुलकं करतो तो हाच फ्रीज ह्याचाही त्याला विसर पडला. तिसऱ्या दिवशी रात्री तर तो 'भरता भरता' म्हणत दचकून जागा झाला होता.

सांगितलं होतं त्याच्या नवव्या दिवशी, कंपनीच्या माणसांनी रत्नाकरच्या घराचा ताबा घेतला. त्यांनी प्रथम गॅलरीला लावलेलं लोखंडाचं ग्रील तोडून काढलं. भिंतीवरच्या वॉलपेपरवर कोळशाने रेघा मारल्या. रत्नाकरचा सरकारी बक्षीस घेतानाचा फोटो काढून तिथं अंगावरचे कपडे उतरवणाऱ्या बाईचं चित्र लटकावून टाकलं. आणि सर्वांत कहर म्हणजे, एका कोपऱ्यात अमिताभचा सहा फूट उंचीचा एक पुतळा ठेवून दिला. शूटिंगसाठी घर वापरायला दिल्याबद्दल अमिताभचा पुतळा ते त्याच घरात बक्षीस म्हणून ठेवणार होते. हे समजल्याबरोबर सुकन्येने आणि सुपत्नीने तो पुतळा स्वच्छ करायचे दिवस दोघींत वाटून घेतले. त्या कंपनीच्या

माणसांपैकी ज्या एका माणसाजवळ ब्रीफकेस होती त्या माणसाला सुकन्येने अमिताभचा फोटो आहे का विचारलं. कुणाला काय हवं असतं ह्याची अचूक पारख असलेल्या त्या मुरब्बी माणसाने निरनिराळ्या आकाराचे तीस-पस्तीस फोटो तिला दिले.

संध्याकाळी रत्नाकर घरी आला.

रत्नाकर सोनटक्के ह्या विख्यात लेखकाचं ते घर आहे अशी एकही खूण तिथं राह्यली नव्हती. दरवाजावरची रत्नाकरची पाटी नाहीशी झाली होती आणि खडूने वेड्यावाकड्या अक्षरात 'शेट्टी' असं खरडण्यात आलं होतं.

वॉलपेपरची अवस्था पाहून रत्नाकर अवाक् झाला. समोरच्या बाईचं चित्र पाहून तो दिङ्मूढ झाला. सेंटरटेबलवरच्या काचेचे तीन तुकडे पाहून तो निःशब्द झाला. गॅलरीचं तोडलेलं ग्रील नजरेला पडताच तो किंकर्तव्यमूढ झाला आणि समोरचा सहा फुटी अमिताभचा पुतळा पाहून तो पांढराच पडला.

सुपत्नी प्रसन्नतेने म्हणाली, "ते सगळी खोली पहिल्यासारखी करून देणार आहेत."

"आणि हा पुतळा..."

"तो इथंच राहणार आहे."

"शूटिंगसाठी..."

"आणि नंतरही."

"म्हणजे?"

"आपण त्यांना शूटिंगसाठी आपलं घर देणार म्हणून त्यांनी हा पुतळा आपल्यालाच दिलाय."

"अग पण..."

तेवढ्यात सुकन्या धावत आली.

"बापू, अगोदर आत चला. तुम्हाला 'चमाल...ध' दाखवते."

रत्नाकर आत गेला.

आणि त्याला लहानपणची उंदराची गोष्ट आठवली. काळे उंदीर, गोरे उंदीर, लहान उंदीर, मोठे उंदीर... त्याप्रमाणे सगळीकडे अमिताभचे फोटो पसरले होते. भिंतीवर, खिडकीवर, कपाटावर, कपाटात... त्या गोष्टीतल्या बासरीवाल्याप्रमाणे आपणही एक बासरी घ्यावी आणि फिल्म इंडस्ट्रीतल्या सगळ्या नटनट्यांना घेऊन...

तेवढ्यात सुकन्या म्हणाली,

"बापू, मी आणि आई अमिताभबरोबर फोटो काढून घेणार आहोत आणि मग मी कॉलेजातल्या सगळ्या मैत्रिणींना तो फोटो दाखवून जळवणार आहे."

रत्नाकर म्हणाला, ''अमिताभसुद्धा तेच करणार आहे.''
''काय?''
''तुमच्या दोघींचे फोटो दाखवून संजीवकुमारपासून मुक्रीपर्यंत सगळ्यांना जळवणार आहे.''

दुसऱ्या दिवशी कंपनीच्या माणसांनी घर गजबजून गेलं. पाच-सहा मोठमोठाले दिवे आले. स्विचबोर्ड आला. सापाच्या वेटोळ्याप्रमाणे सगळीकडे दिव्यांच्या वायर्स पसरल्या.
मग कॅमेरा आला.
मेकअपचं सामान आलं.
मॅनेजर, कॅमेरामन, असिस्टंट, डायरेक्टर खन्ना, त्याशिवाय मारामारी कशी करायची हे सांगणारा एक डायरेक्टर. त्याने फक्त मारामाऱ्या लावून द्यायच्या आणि मग स्वत: शेट्टी आला.
ज्याला अनेकदा लोखंडी सळ्यांनी रक्तबंबाळ होईपर्यंत मारण्यात आलं होतं, पंचवीस-तीस ठिकाणी सुऱ्यांनी भोसकलं होतं, उषाकिरणच्या एकविसाव्या मजल्यावरून फेकण्यात आलं होतं, गोडाऊनची भिंत आणि ट्रक ह्यामध्ये चिरडण्यात आलं होतं आणि तरीही तो पुन: पुन्हा जिवंत होत, तो तुळतुळीत डोक्याचा शेट्टी, रत्नाकरसमोर उभा राह्यला.
फिल्मवाल्यांपैकी प्रत्येकाशी पडोसीने रत्नाकरची ओळख करून दिली. जन्मात ज्यांचं तोंड पाह्यलं नव्हतं आणि नंतर पुढे दिसणारही नव्हतं त्या प्रत्येकाने शेकहँड करीत म्हटलं, ''आपसे मिलकर बहोत खुशी हुई.''
शेट्टीला शेकहँड करता-करता, त्यातल्या त्यात धोरण ठेवून रत्नाकरने डावा हात पुढे केला. न जाणो, शेकहँड करताना दोन-तीन बोटांचा चेंदामेंदा झाला तर आयुष्यात हातात पेन धरायला नको.

संध्याकाळी सहा वाजता रत्नाकर घरी आला. शूटिंग संपलं असणार ही त्याची अपेक्षा. पण तसं झालं नव्हतं. घराबाहेर दोन हजारांच्या आसपास माणसं उभी होती. पोलीसच्या तीन गाड्या बंदोबस्तासाठी तिथंच थांबलेल्या. 'आगे कहा घुसते हो' असं म्हणत जमावाने तीन वेळा आणि नंतर प्रत्यक्ष एका पोलिसानेच रत्नाकरला मागे खेचलं.
कोणत्या तरी पोलिसाला रत्नाकर इथला मालक असल्याचं कोणीतरी सांगितलं. त्याच्या मदतीने रत्नाकर स्वत:च्या घरी आला.
घराची अवस्था आणखीन बघवत नव्हती, मारामारीचा सीन संपला असावा.

सगळीकडे काचाच काचा होत्या. सोफासेटमधला कापूस बाहेर आला होता.
''बापू, धमाल आली!''
प्रॉडक्शनवाल्यांपैकी एकाने अमिताभची आणि रत्नाकरची ओळख करून दिली. सबंध दिवस धुडगूस घालूनही शूटिंग आटोपलं नव्हतं. शेट्टीबरोबरची मारामारी आटोपली होती. शेट्टीचा नोकर दार उघडतो आणि त्याला अमिताभ पहिली फाईट मारतो एवढंच घ्यायचं राह्यलं होतं. नेमका नोकराचं काम करणाराच आला नव्हता. तीन वेळा कंपनीची गाडी त्याला आणायला गेली होती. पण तो सापडला नव्हता.
ऐनवेळेला कुणाला उभं करायचं हा प्रॉब्लेम होता. नाहीतर तेवढ्यात एकाच सीनसाठी दुसऱ्या दिवशी पुन्हा यावं लागणार होतं.
आणि ती कल्पना कुणाच्या सुपीक डोक्यातून निघाली हे समजलं नाही. पण अमिताभने प्रत्यक्ष रत्नाकरला विचारलं,
''इफ यू डोण्ट माईण्ड, व्हाय डोण्ट यू ॲक्ट वुईथ मी?''
सर्वांनी रत्नाकरभोवती गिल्ला केला.
फेर धरला.
सुपत्नी आणि सुकन्येला तर हर्षवायू व्हायची वेळ आली. अमिताभसारख्या कलावंताकडून एक थप्पड खाणं ही एक परम भाग्याची घटना होती. बरं, ती थप्पडही अपाय करेल अशी नाही. नुसती मारल्याची ॲक्शन, बाकी सगळं बॅकग्राऊंड म्युझिकवरच मारून नेणार.
पण ह्या सर्व निवेदनापेक्षा, समर्थनापेक्षा, रत्नाकरला हो म्हणावं लागलं त्याचं कारण निराळंच होतं. तो मारामारीचा सीन संपेपर्यंत ती खोली, काचेच्या पसरलेल्या तुकड्यांसकट तशीच ठेवावी लागेल असं मॅनेजर म्हणाला, आणि ही बेभरवशाची माणसं चार दिवस फिरकलीच नाहीत तर?
''लाईट ऑन.''
''टेकिंग.''
''कॅमेरा गो.''
''ॲक्शन.''
पढवलेल्या सूचना लक्षात ठेवीत रत्नाकरने दरवाजा उघडला. अमिताभ आत आला. त्याचा एक हात वर गेला आणि...
रत्नाकर शुद्धीवर आला तेव्हा खोलीत सुपत्नी, सुकन्या, कॉलनीतलाच त्यांचा फॅमिली डॉक्टर, पडोसी मेनन आणि कंपनीचा प्रॉडक्शन मॅनेजर एवढीच माणसं होती.
अमिताभच्या एकाच फाईटने रत्नाकर आठ फुटांवर जाऊन पडला होता आणि

त्याचा एक दात अर्धा तुटला होता.

तिसऱ्याच दिवशी रत्नाकर उरलेला अर्धा दात काढायला डेंटिस्टकडे गेला. बरोबर सुपत्नी अगत्याने गेली. डेंटिस्टने पाच मिनिटांत दात काढला, त्याबरोबर सुपत्नी म्हणाली, ''तो दात फेकू नका. मला साफ करून द्या.''

''का?''

''वार्धक्याने पडलेला दात नाही तो. त्या अर्ध्या दातामागे माझ्या तशाच काही भावना आहेत.''

एक हात गालफडावर असल्याने रत्नाकर गप्प होता.

नंतरच्या दोन दिवसांत येणाऱ्याजाणाऱ्यांनी सळो की पळो केलं. अमिताभचा पुतळा पाहायचा, शूटिंगचं वर्णन ऐकायचं, एका थपडेत रत्नाकरचं काय झालं ते सुपत्नीने सांगायचं आणि शेवटी पडलेला दात बघण्यासाठी रत्नाकरला 'आ' करायला लावायचा.

अमिताभची आठवण म्हणून, त्याने पाडलेल्या दाताचं आपण लॉकेट करणार हे जेव्हा सुपत्नीने कुणाला तरी सांगितलं तेव्हा मात्र सहनशक्तीच्या पलीकडे मामला गेला.

विलक्षण उकाडा. बस वेळेवर नाही आणि तेवढ्यात समोर लक्ष गेलं तर अमिताभ मोठा 'आ' करून हसतोय. आपणच ठोसा मारून पाडलेल्या दाताला तो हसतोय असं क्षणभर रत्नाकरला वाटलं आणि तो पोस्टरकडे धावत सुटला. ट्रक प्रथम स्टुडिओत गेला. बाहेरच उभा राहिला. कुणीतरी एकजण आत जाऊन आला आणि नंतर ट्रक सरळ पोलीस कमिशनरच्या ऑफिसात गेला. कंपनीचा माणूस जेव्हा साहेबांना आपण आल्याची वर्दी द्यायला निघाला तेव्हा रत्नाकरला काय वाटलं कुणास ठाऊक, त्याने आपलं व्हिजिटिंग कार्ड आत पाठवलं.

स्वत:ची खुर्ची सोडून कमिशनर दाभोळकर रत्नाकरला सामोरे आले. हस्तांदोलन करीत त्यांनी रत्नाकरला आपल्याजवळ बसवून घेतलं.

तसं करता-करता त्यांनी बेल वाजवली. शिपाई आत येताच त्याने फोटोग्राफरला बोलवायला सांगितलं. रत्नाकरचा चेहरा खर्रकन उतरला. आता फोटोसहित वर्तमानपत्रात जाहीर वरात निघणार.

फोटोग्राफर आले. कमिशनर म्हणाले,

''नेहमीसारखा फोटो नकोय. 'पकडून द्या' किंवा 'वॉंटेड'सारखा नकोय. एक झकास पोर्ट्रेट– जे घरात लावता येईल– हवंय.''

रत्नाकरला दाभोळकरांनी रिलॅक्स व्हायला सांगितलं. फोटो निघाला. फोटोग्राफर गेला.

"मि. सोनटक्के, आता बोला."
"तुम्हाला काय घडलंय ते..."
"जस्ट फरगेट इट. सध्या नवीन काय लिहीत आहात ते सांगा. 'खुर्ची' ह्या राजकीय कादंबरीनंतर तुम्ही गप्पा आहात."
"तुम्ही ती राजकीय कादंबरी वाचली होती?"
"भले! मी त्या कादंबरीच्या सोळा प्रती विकत घेऊन माझ्या जेवढ्या मित्रांनी खुर्च्या अडवल्या आहेत त्या सगळ्यांना वाटल्या होत्या. त्या कादंबरीची एक प्रत आत्ताही माझ्या ड्रॉवरमध्ये आहे. आय ॲम युवर फॅन."
बोलता-बोलता दाभोळकर उठले. त्यांनी टेबलाचा ड्रॉवर उघडला आणि रत्नाकरला प्रत काढून दाखवली.
"तुमचा एक चांगल्यापैकी फोटो संग्रही हवा होता. आज योग आला. आमच्या कमिशनरीणबाई आता खूष होतील. त्यांनी तर तुमच्या काही कविता पाठ केल्या आहेत. तुमचा फोटो घरी नुसता दाखवला तरी आम्हाला फर्स्टक्लास जेवण मिळेल. फक्त नॉनव्हेज मिळणार नाही."
"त्यांना आवडत नाही?"
"आवडत नाही? अहो, माझ्यापेक्षा ती जहांबाज आहे खाण्यात. पण आता तिने नॉनव्हेज सोडून दिलं."
"काही खास कारण?"
"अमिताभ नॉनव्हेज खात नाही म्हणे."
रत्नाकरचा चेहरा बदलला.
दाभोळकर हसले आणि म्हणाले,
"आय ॲम सॉरी! मला आता काय प्रकार घडला ते सांगा. प्रॉडक्शन मॅनेजर माझा दोस्त आहे. त्याने मला डायरेक्ट फोन केला. मधली माणसं प्रकरण दाबून टाकतील, नाहीतर रेंगाळत ठेवतील म्हणून त्याने डायरेक्ट मला फोन केला. तुमचं कार्ड पाह्यलं आणि चाटच पडलो. तिवारीने मला कळवलं म्हणून बरं झालं. आता सांगा, व्हॉट इज द मॅटर?"
रत्नाकरने जे जे घडत गेलं ते ते सांगितलं आणि शेवटी चिडून विचारलं,
"एका बुद्धिनिष्ठ विचारप्रवर्तक माणसाच्या सहवासात ही माणसं राहतात, पण त्यांच्यात काही बदल नाही, लॉकेटमध्ये दात बसवणार म्हटल्यावर हे कसं सहन होईल?"
दाभोळकर गप्प होते.
पण आता रत्नाकरला दम निघत नव्हता. दाभोळकरांसारख्या मोठ्या ऑफिसरला कुणाची बाजू पटते हे ऐकायला तो उत्सुक होता.

दाभोळकर म्हणाले, "तुम्हाला पोस्टर फाडावंसं वाटलं ह्यात नवल नाही."

रत्नाकर म्हणाला, "खरं म्हणजे माझ्या हातून ही आततायी गोष्ट कशी घडली हे मीसुद्धा सांगू शकणार नाही. मीच हा असा वागलो का, असाही मला प्रश्न पडलाय."

दाभोळकर म्हणाले, "इन फॅक्ट, तुम्हाला अमिताभचं पोस्टर फाडायची संधी मिळाली हे फार बरं झालं."

रत्नाकर चमकून म्हणाला, "दाभोळकरसाहेब, तुम्ही माझी चेष्टा करताय?"

"मुळीच नाही. मला एकच गोष्ट सांगा. पोस्टर फाडणं हे योग्य की अयोग्य हे नंतर बघू. तुम्हाला थोडं तरी बरं वाटलं ना?"

"नाही कशाला म्हणू? पण अर्थात हे समाधान निरर्थक आहे."

दाभोळकर पटकन् म्हणाले, "पोस्टर फाडणं जेवढं निरर्थक समाधान आहे तेवढंच निरर्थक दाताचं लॉकेट बनवणं हेही. पण ह्या निरर्थक समाधानावर माणूस जगत असतो. अशी निरर्थक जागा आयुष्यात निर्माण व्हायला हवी. तुम्ही पोस्टर फाडलं नसतं तर कशावरून त्या शेजाऱ्यावर हात उगारला नसतात?"

रत्नाकर गप्प होता.

दाभोळकर पुढे म्हणाले, "तुम्ही खूप मोठे लेखक आहात. काही निश्चित मूल्यांचा तुम्ही तुमच्या लेखनातून सातत्याने उच्चार करीत आहात. तेव्हा माणूस ह्या विषयावर मला काही सांगायचा अधिकार नाही. पण वरिष्ठ पोलीस अधिकारी म्हणून माझ्या व्यवसायात मी जे अनुभवलं, त्याबद्दल सांगू का?"

रत्नाकर पटकन् म्हणाला, "अवश्य."

"माणसाचं मन फार विचित्र असतं. त्याच्या मागण्यासुद्धा तशाच असतात. त्या मागण्या ज्याच्या त्याला आकलन होत नाहीत. पण एक नक्की. कोणतं ना कोणतं वेड त्याला हवं असतं आणि ते जरुरीचं पण आहे. तुम्ही एखाद्या माणसाला वेड कशाचं आहे ह्याच्यावर चर्चा करीत बसता. मला त्या वेडापेक्षा, माणसाच्या वेडं होण्याच्या वृत्तीची मजा वाटते. ती वृत्ती महत्त्वाची. माणसं म्हणून शांत असतात. नाही तर माणसांनी आगी लावल्या असत्या. आता तुमच्याच घरातलं पाहा. अमिताभच्या वेडात त्या दोघी जर हरवल्या नाहीत तर तुमचं जिणं नकोसं करतील त्या."

"खरं?"

"हंड्रेड परसेंट. तुमच्यात त्या दोघी प्रमाणाबाहेर समरस झाल्या तर त्याचा तुम्हाला जास्त उपद्रव होईल. तुम्ही एक ओळ लिहू शकणार नाही. मी तर म्हणतो, ही वेडं जोपासायला हवीत. कोणतं ना कोणतं फ्रस्ट्रेशन विसरण्याच्या त्या गोळ्या आहेत असं समजा."

"पण सिनेमा नटांचं वेड..."

"त्यासारखं सेफ वेड नाही दुसरं. तुमची बायको अमिताभच्या प्रेमात पडली म्हणून तुम्ही निर्धास्त आहात. ती जर त्या शेजाऱ्यावर प्रेम करायला लागली तर? अमिताभपर्यंत तुमची बायको पोचणार नाही हे तुम्हाला नक्की माहीत आहे. म्हणूनच तुम्ही शांत आहात. तुमचा दात अमिताभने पाडला म्हणूनच तुम्ही गप्प आहात. शेजाऱ्याकडून तुम्ही थप्पड खाल का?"

रत्नाकरने मध्येच विचारलं, "पण माझ्या बायकोला कसलं फ्रस्ट्रेशन असेल?"

दाभोळकर म्हणाले, "ते कसं सांगता येईल? त्याही सांगू शकणार नाहीत. एक सत्य मात्र अबाधित आहे. पुरुष असो, बाई असो, दोघं सौंदर्याचे पूजक असतात. अमिताभवर पोरीबाळी का मरतात?"

स्टेनोच्या आत्याची आठवण होऊन रत्नाकर म्हणाला, "म्हाताऱ्यासुद्धा!"

"होय, म्हाताऱ्यासुद्धा. कारण तो देखणा आहे. राजबिंडा आहे. पुरुष आहे आणि सिनेमात त्याला नेहमी शक्तिवान दाखवतात. शक्ती आणि सौंदर्य दोन्हींचं दर्शन एकत्र होतं. बायकांना दुसरं काय हवं असतं? आणि खरं सांगू, यू वुईल नॉट बिलीव्ह. मी जसा तुमचा फॅन आहे तितकाच, तसा अमिताभसाठी पण वेडा होतो. तो चांगला तर दिसतोच पण असं म्हणतात की तो मारामारी करताना 'डमी' वापरत नाही."

रत्नाकर गालावर हात ठेवत म्हणाला, "डमी वापरत नाही आणि मारामारी पण खोटी करत नाही."

"ओह, आय ॲम सॉरी!"

"इट्स ऑलराइट."

"माझ्यावर रागावलात का?"

"नाही, तुम्ही चांगलं बोलताहात."

"त्याची मला कल्पना नाही. मी अनुभवाचं बोलतोय. माणसाला स्वप्नरंजन हवं असतं. तो त्याशिवाय जगू शकणार नाही. सिनेमाचं जग, त्यातलं वैभव, गुन्हेगारी, मारामारी आणि शृंगार हे सगळं खोटं आहे, फसवं आहे म्हणूनच हे जग अजून चाललंय. तुमच्या बायकोने दात सांभाळून ठेवला. लोक तर नटनट्यांचे अंगावरचे कपडे कापून त्याचे तुकडे जवळ ठेवतात, नंबर प्लेट्स पळवतात. इथं अशा किती तक्रारी येतात सांगू? हे फिल्मीवाल्यांचं जगच फार विलक्षण आहे."

रत्नाकर पुरता भारावला होता. आपण एवढी पुस्तकं लिहिली, पण तरीही सांगण्यासारखं खूप उरलं होतं.

दाभोळकर म्हणाले, "तुम्ही लेखक आहात म्हणून मुद्दाम सविस्तर बोलतोय मी.

आमच्या डिपार्टमेंटचा एक अनुभव सांगतो. तसं पोलीस रेकॉर्ड आहे. ज्या झोपडपट्टीजवळ सिनेमाची थिएटर्स आहेत तिथं गुन्हे कमी होतात. मारामाऱ्यांचं प्रमाण पण कमी असतं. त्यामुळे मला नेहमी वाटतं, की समर्थन करता येणार नाही अशी जी काही वेडं असतात किंवा गरजा असतात, त्यापैकी एक गरज चित्रपटवाले पुरी करत आहेत. आता एक आहे, तुमच्यासारख्या विचारवंत माणसाला हे पटणार नाही. तरीही, त्याच्यावर एक उपाय आहे. पाहिजे तर सांगतो.''

''जरूर.''

''इफ द रेप इज इनएव्हिटेबल, देन रिलॅक्स ॲण्ड एन्जॉय.''

''पण...''

''दुसरं असं आहे सोनटक्के, ह्या लाटा फार झपाट्याने ओसरतात. चिरंतन काही नाही. सर्व कलेत वाङ्मय, म्हणजे शब्दच मागे उरतात. बाकी सर्व जातं आणि चित्रपटव्यवसायात तर जाणारी गोष्ट प्रचंड वेगाने जाते. चार दिवस अमिताभचे, चार दिवस आणखीन कुणाचे तरी. तुम्ही लेखक आहात. वाचकांना हेलावून सोडता. तुमच्या कथेतल्या पात्रांशी तुम्ही एकजीव होता. त्यांच्या भावनाविश्वाशी तुम्ही नातं जोडता. त्याचप्रमाणे तुम्ही घरातल्या माणसांशी एकरूप व्हा आणि मजेत राहा.''

बोलता-बोलता दाभोळकरांनी ड्रॉवर उघडला. आतून दहा-बारा अमिताभचे फोटो काढले. त्यातला एक फोटो रत्नाकरला देत ते म्हणाले,

''हा अमिताभचा एक अत्यंत दुर्मिळ फोटो आहे. हा तुमच्या मुलीला द्या आणि ती कशी वेडी होते ते पाहा.''

''थँक्यू व्हेरी मच.''

''थँक्यू काय? तुम्हाला तसं कोण सोडतंय? लेट अस हॅव अ नाईस लंच. आज मी तुमच्याबरोबर लंचला गेलो होतो, हे घरी सांगून जरा बायकोला जळवतो.''

''पण ते पोस्टरचं...''

''ते माझ्यावर सोपवा. तुम्ही घरी जा आणि काही तरी झकास प्रसवा.''

दाभोळकर प्रसन्नपणे हसले.

अमिताभचे फोटो आणि तेही आपण आणले म्हटल्यावर सुकन्या आणि सुपत्नी खरोखरच खूष होणार होती. एक फोटो म्हणता म्हणता, दाभोळकरांनी सगळेच फोटो दिले होते.

रत्नाकर घरी आला.

पाहतो तो अमिताभचा पुतळा निर्वासितासारखा जिन्याच्या पायरीशी उभा होता.

त्या पुतळ्याकडे बघत-बघत त्याने बेल वाजवली.

सुकन्येने दार उघडलं. रत्नाकरला मिठी मारली आणि ती म्हणाली,

''बापू, आणखीन एक धमाल... च.''

''अमिताभची का...?''

''हॅं! अमिताभ नाही. चिंटू.''

''चिंटू कोण?''

''ऋषी कपूर. बापू, तो तर इतका चिकणा आहे. क्यूट!''

''आणखीन...''

''उद्या आपल्या घरी चिंटूचं मारामारीचं शूटिंग आहे. बापू, परवानगी द्याल?''

गालावर हात ठेवत रत्नाकर म्हणाला,

''जरूर! अजून एकतीस दात शाबूत आहेत.''

◆

श्रोता

एक मस्तपैकी, नवीन क्लब स्थापन करायचा आहे. Are you interested? विचार करून सांगा. नो मेंबरशिप. नो एन्ट्रन्स फी. तुम्ही ज्या दिवशी याल त्या दिवशी तुम्ही मेंबर. जेव्हा यायला जमणार नाही तेव्हा यायचं नाही.

बाकी...

बाकी काही तपशील ठरवलाच नाही.

एक मस्तपैकी, नवीन क्लब स्थापन करायचा आहे एवढंच आत्ता डोक्यात आहे. अर्थात या कल्पनेचा जनक मी नाही. ह्या प्रेरणेचा मूळ 'प्रो.' निराळाच आहे. तो एवढ्यात येईल. त्याच्याकडे पाहिल्यावरच मला क्लबची कल्पना सुचली आहे.

तुम्ही मला वेड्यात काढाल.

हे 'कॉफी हाऊस' चालवायला घेतलं तेव्हा तुम्ही हेच केलंत. माझ्याच कॉफी हाऊसमधली, गर्दीच्या वेळेत टेबलं अडवून, फुकटात कॉफी ढोसून तुम्ही मला म्हणालात,

"तुला हा धंदा कुणी सांगितला?"

दुसरा दोस्त म्हणाला,

"आणि तुझं पहिलं कर्ज फिटलेलं नसताना ही उडी घ्यायची म्हणजे..."

सहा महिन्यांत मी जेव्हा गाडी घेतली तेव्हा पुन्हा तीच टेबलं अडवीत तुम्ही म्हणालात, "तुला लेका जेवढी फोरसाईट आहे, तेवढी आम्हाला असती तर."

तेव्हा आणखी एक क्लब स्थापन करणार आहे. आजच कॅप्टनजवळ विषय काढणार आहे. आजचा दिवसही चांगला आहे. तिथी कोणती माहीत नाही. चतुर्थी, अंगारकी, एकादशी, नथिंग नोज. दिवस चांगला आहे नक्की.

ह्या कॉफी हाऊसमध्ये यायला लागून कॅप्टनला आज तीन वर्षं कम्प्लीट होतात. कॅप्टनच्या पण ते ध्यानात असेल.

गेली तीन वर्षं, दर गुरुवारी न चुकता, दुपारी साडेतीन वाजता कॅप्टन येतो. चिरुटाच्या भारदस्त वासाने, कॉफी हाऊसचा लाऊंज दरवळून टाकतो. कॉफी

हाऊस विकत घेतल्यासारखा तो येतो.
तसा रुबाब बरेचजण दाखवतात. कौतुक त्या रुबाबाचं नाही. कॅप्टनजवळ ह्या रुबाबाबरोबर एक आस्था आहे. जिव्हाळा आहे. कॅप्टनने एकदा एखादी गोष्ट स्वत:ची मानली की तिच्यावर तो माया करतो. कौतुक ह्या गोष्टीचं आहे. तसं म्हणाल तर वरवरची आस्था सगळे दाखवतात. पण कॅप्टनची आस्था हा त्याच्या स्वभावाचा स्थायीभाव आहे. माया दाखवताना त्याला ती ठरवून दाखवावी लागत नाही. त्याच्या नकळत ती प्रकट होते.
इथल्या प्रत्येक वेटरला तो नावाने ओळखतो. त्यातले गोव्याचे किती, कोकणातले किती हे त्याला माहीत आहे. त्याने अनेक वेटर्सना मदत केलेली आहे. काहींच्या मुलांची शिक्षणाची सोय केली आहे. क्वचित कुणाचं लग्नही जमवून दिलं आहे. कॉफी हाऊस ह्या वास्तूवर कॅप्टनचं प्रेम आहे, पण त्यातल्या त्यात एका विशिष्ट टेबलावर, ठराविक कोपऱ्यावर तर त्याचा फारच जीव आहे. पहिल्या दिवशी कॅप्टनच्या मुलाने मला त्याचं कारण सांगितलं.
ओळख करून देताना तो म्हणाला,
''He is my father. Capt. Tarkunde.''
कॅप्टनच्या जबरदस्त पंजात माझा हात नाहीसा झाला. तो तळवा मऊ होता. स्निग्ध होता. शिवरीच्या कापसाच्या उशीत हात घालावा, तसं वाटलं. कॅप्टन मंद हसला. त्या हसण्याने आधार वाटला.
''आमच्या कॅप्टनचं आणि ह्या कॉफी हाऊसचं एक नातं आहे. ऐन जवानीतलं नातं आहे ते. मी त्यांना इथं सोडून जातोय. चालेल?''
''बाय ऑल मीन्स. त्यांचंच हॉटेल आहे समजा. नो प्रॉब्लेम.''
''थँक्यू व्हेरी मच.''
''त्यांना काय आवडतं सांगून ठेवा.''
''काहीही चालतं पण काही नकोही.''
''का?''
''ते फक्त त्यांच्या काही जुन्या आठवणींसाठी इथं येणार आहेत. Now he is retired. पण...''
थोडा वेळ थांबून तो म्हणाला,
''आयुष्यातल्या बऱ्याच नाजूक घटना इथंच घडल्या आहेत. ह्याच कॉफी हाऊसमध्ये आणि त्या टेबलाजवळ...''
त्या दिवसापासून ते टेबल कॅप्टनचं.
दर गुरुवारी सकाळपासून त्या टेबलाजवळ मी 'राखीव'चा बोर्ड ठेवून देतो. कॅप्टन दर गुरुवारी येतो. 'राखीव'चा बोर्ड बघतो. न चुकता मला 'थँक्स'

म्हणतो. एक किटलीभर कॉफी मागवतो.

हां हां म्हणता भूतकाळात हरवून जातो.

कुणाचं काही, तर कुणाचं काही.

कॅप्टन त्याच्या डोक्यावरची फेल्ट कधी काढत नाही. त्या टोपीखालून त्याचे कुरळे केस डोकावतात. भरदार, दाट, कुरळ्या केसांच्या कॅप्टनला मला डोक्यावर 'फेल्ट' नसताना बघायचं आहे, पण कॅप्टन ती संधी देणार नाही.

कॅप्टनला फेल्ट काढलेली आवडत नाही.

त्याचप्रमाणे बहुमानार्थी उल्लेख केलेलाही त्याला रुचत नाही.

परिचय झाल्यापासून, आमच्या वयात खूप तफावत असूनही तो मला एकेरी नावाने हाक मारायला लावतो.

मलाच असं नव्हे, तर वेटर्सना आणि इथं नियमित येणाऱ्या कस्टमर्सनासुद्धा. कॅप्टनप्रमाणेच कॉफी हाऊसची काही बांधलेली गिऱ्हाईक आहेत. ती नेमाने येतात. ठराविक पदार्थ मागवतात. बहुतेक ठरवलेलं टेबल अडवतात. कॅप्टनची जागा मात्र रिकामी ठेवतात. मी 'राखीव'चा बोर्ड लावायला विसरलो तरी. किती वेळ बसायचं हेही त्याचं ठरलेलं असतं. शोफर त्या त्या वेळेला गाडी घेऊन येतोही. शोफरला मशीन बंदही करावं लागत नाही. दाराशी गाडी आली की, ती ती माणसं उठतात.

कुणी एकटा येतो.

कुणी सह.

स्वत:च्या बायकोबरोबर येणारे थोडे.

कॅप्टन मात्र एकटा असतो. कधी मुलगा सोडतो, कधी शोफर.

कॅप्टन प्रत्येकाकडे बघतोय असं वाटतं. पण ते खरं नव्हे. तो कुणाकडेही बघत असला तरी त्याला दिसतो तो भूतकाळच.

हे मला माहीत झालं होतं. वेटर्सना माहीत होतं आणि काही परिचितांना.

त्या दोघांना प्रथम प्रथम कॅप्टन कोण ते माहीत नव्हतं. ठरावीक पद्धतीनं प्रेमात पडणारी ती एक जोडी होती. बरेच दिवस, साधारण एकांत लाभेल अशी हॉटेल्सच्या शोधात ती असावीत. भरपूर एकांत लाभेल अशी हॉटेल्स मुंबईत कमी नाहीत. पण एकदा त्या एकांताचा अनुभव घेता घेता पाकिटात संपूर्ण शुकशुकाट होतो. दोघांजवळ मिळून किती होतात असा हिशेब जोडणाऱ्यांना तशी हॉटेल्स आयुष्यात परवडणार नाहीत.

माझ्या कॉफी हाऊसने त्यांना ज्या दिवशी प्रथम पोटात घेतलं तो कॅप्टनचा वार होता. वेळही कॅप्टनची होती.

कॉफी हाऊसमध्ये ती दोघं, मी आणि कॅप्टन.

त्या दोघांचं खूप वेळ कूजन चाललं होतं. खायला मागवलेले पदार्थ तसेच

तिष्ठत होते. कॉफी हाऊसमध्ये नुसतं बसता येणार नाही म्हणून काहीतरी मागवलेलं.

आणि एकाएकी काय बिनसलं कुणास ठाऊक! ती रडू लागली. तो समजूत घालायचा प्रयत्न करू लागला. मध्येच ती रडताना थांबली. थरथरत उभी राह्यली आणि एकाएकी निघून गेली.

त्याच्यातली हवाच गेली. त्याला कुणीतरी हवंच होतं. त्याने कॅप्टनकडे पाह्यलं. कॅप्टन त्याच्याकडे बघत होता. त्याच्या कल्पनेप्रमाणे.

तो उठला. कॅप्टनसमोर जाऊन बसला आणि कॅप्टनने मलाही धक्का दिला. कॅप्टन स्वत:त दंग आहे असं मी समजत होतो. पण कॅप्टनचं त्या दोघांकडे लक्ष होतं. तो त्याला म्हणाला,

"तुमच्या मैत्रिणीने असं वागायला नको होतं."

कॅप्टनच्या एवढ्या सांत्वनाने त्याला एकदम बळ आलं. तो म्हणाला,

"माझं काय चुकलं सांगा. केव्हातरी घरच्या माणसांजवळ सगळं बोलायला हवं. मी म्हणतो, लपवून का ठेवायचं? –मी कुणी लोफर आहे का? You know, I am from a respectable family. आता एक आहे, माझ्या वडिलांनी घटस्फोट घेतलेला आहे. पण त्याला मी जबाबदार आहे का? त्यांचं आणि माझ्या आईचं पटलं नाही. मी म्हणतो नसेल पटलं. प्रत्येक माणसाचं दुसऱ्या व्यक्तीशी पटलंच पाह्यजे असा अट्टाहास धरणारे आपण कोण? काय, खरं की नाही?"

"I agree with you."

"आणि सेकंडली मी म्हणतो, माधुरीला संसार कुणाशी करायचा आहे—माझ्याशीच ना? मग माझ्या वडिलांचा आणि तिचा संबंधच काय?—तिने प्रेम केलं ते कुणावर? माझ्यावरच ना? आणि मी म्हणतो की तिने..."

कॅप्टन मध्येच म्हणाले,

"Take is easy. Everything will be alright."

तो जरा वरमला तरी पुन्हा उसळला. कॅप्टनचे गुबगुबीत हात धरीत तो म्हणाला, "ह्या मुलींना स्वत:चा काही विचार असतो की नाही? त्यांना त्यांच्या आईवडिलांनी शिक्षण दिलं ते काय उगीच? आता माधुरी इंटर आर्टस्‌ला म्हणे पहिली आली. मी म्हणतो, ते शिक्षण आता कुठे गेलं?"

"खरं आहे. तिने असं वागायला नको होतं."

"खरं ना, तिने असं वागायला नको होतं ना? बस. You are the witness. You are the only witness. उद्याच मी तिला इथं यायला लावतो. ह्याच वेळेला येतो. तुम्हीच तिला काहीतरी सांगा. Just like my elder brother."

कॅप्टन नुसता हसला. तो आपल्या तंद्रीत निघून गेला.

कॅप्टनला न्यायला गाडी आली. कॅप्टन गाडीत जाऊन बसला, गाडी हलली. पण पुन्हा थांबली. कॅप्टनचा मुलगा खाली उतरला. कॅप्टनचा सिगारचा बॉक्स टेबलावरच राह्यला होता.

"O. K., See you next thursday."

मी तारकुंड्यांना थांबवलं.

"तुमच्या कॅप्टनना इथं पुन्हा उद्याच यावं लागेल, ह्याच वेळेला."

"कशासाठी?"

"लव्ह स्टोरीची दुसरी बाजू ऐकायला, कॅप्टन सांगतील तुम्हाला."

दुसऱ्या दिवशी गंमत झाली.

कॅप्टन आला, पण तो आला नाही. एकटी ती आली. जरा घुटमळली, गोंधळली.

तिला मोकळं वाटावं म्हणून विचारलं, "एकट्या आलात?"

"हो."

"कॅप्टन तुमची वाट पाहताहेत."

"कोण कॅप्टन?"

"तिथं बसलेत ते."

"त्यांचा माझा काय संबंध?"

"मला वाटलं तुम्ही ठरल्याप्रमाणे आलात."

"काय ठरायचं? तुम्ही कशाबद्दल बोलताय?"

मी म्हणालो, "तिला यायला लावतो असं तुमच्या मित्रांनी काल कॅप्टनला सांगितलं."

"त्यांची आणि कॅप्टनची ओळख आहे?"

"बहुतेक नाही."

"तरी त्याने..."

ती थांबली. पुन्हा घुटमळली आणि जायला निघाली.

मी म्हणालो, "Excuse me, कॅप्टनना सांगून जा. ते तुमच्यासाठी आलेत."

"पण आमचा संबंध काय? आणि काल श्यामने त्यांना काय सांगितलं?"

"त्यांची बाजू, आणि कॅप्टनना ती पटली."

माझं बोलणं ऐकताच तिचा चेहरा क्षणात पालटला. तिने कसला तरी ठाम विचार केला आणि ती सरळ कॅप्टनसमोर जाऊन बसली.

कॅप्टन वात्सल्याने पाहत म्हणाले,

"बोल बेटा."

कसे कुणास ठाऊक, पण तेवढे दोन शब्द तिला पुरले.

"माझ्यावर सगळं ढकलून तो मोकळा झाला असेल." एवढं बोलता बोलता

तिने डोळ्याला रुमाल लावला.
कॅप्टनने तिची समजूत कशी घातली मला माहीत नाही—मी एका पार्टीच्या तयारीत होतो. मी तिला पाह्यलं ते जाताना. जाताना ती हसत होती. ती गेली, पुन्हा आली आणि दारातूनच कॅप्टनना म्हणाली, "मी तुम्हाला आता छळणार."
हात हलवीत कॅप्टन म्हणाले, "शुअरली."

ती दोघं आलटून पालटून येत राह्यली. कधी मुद्दाम, एकेकटी, कधी बरोबर. त्यांना एकमेकांना सोडवत नव्हतं आणि त्यांचं एकमेकांशी जमतही नव्हतं. लग्न होण्यापूर्वीच एकमेकांच्या स्वभावाचा अंदाज येत होता. त्यांनी फक्त मैत्री ठेवावी, लग्नाचा विचार काढून टाकावा, असं मला उगीचच वाटत होतं.
आणि एकदा आणखीनच गंमत झाली.
कॉफी हाऊसच्या एकाच सेटवरच्या चार पात्रांच्या नाटकात आणखी एका कलावंताचं आगमन झालं.
माधुरीवर काही दिवस पाळत ठेवून, तिचा बापच कॉफी हाऊसमध्ये आला.
माधुरी मुद्देमालासहित सापडायची. पण श्यामचा येऊ शकत नसल्याचा मला फोन आला. मी तो निरोप फोनवरून माधुरीला कळवला.
काही वेळ तिचा बाप माझ्यासमोरच सँडविचेस खात बसला. नंतर तो समोर येऊन उभा राह्यला. त्याने सरळ विचारलं,
"आमची माधुरी इथं येते ना?"
"ते मला कसं कळणार? इथं कितीतरी येतात."
त्याला ते पटलं. दोन मिनिटांनी त्याने विचारलं,
"बरं कॅप्टन कोण?"
"ते फेल्ट हॅटवाले."
माधुरीच्या बापाची चिंता ही अस्सल बापाचीच चिंता होती. माधुरीसहित त्याला चार मुली. सर्वांत मोठी मुलगी असंच प्रेम-प्रेम करीत कुणाबरोबर तरी पळून गेली. त्या माणसाने तिला टाकली. तोपर्यंत वय वाढलं. कुठं नोकरी मिळेना. घरी परतायला तोंड नाही. कुठंतरी गिरणीत साच्यावर काम करते. नंबर दोनच्या मुलीने हे बघून लग्नाचा धसका घेतला. ती आजन्म अविवाहित राहणार आहे म्हणे. नंबर तीनचं लग्न झालं तर दोन महिन्यांत तिचा नवरा गाडीतून फेकला गेला. दोन्ही पाय गेले.
राह्यली माधुरी. तिने मुळातच भंगलेल्या घराची सून होऊ नये. चांगलं नांदणाऱ्या घरात पडावं आणि आपल्या एका तरी मुलीचा संसार सुखाचा चाललेला बघायला मिळावा, ही बापाची इच्छा.

जाता-जाता माधुरीचा बाप मला म्हणाला, "That Captain is a very nice man. करारी वाटतो. Do you know him?"
"माझे मित्र आहेत ते."
"मग त्यांना आमच्या माधुरीची समजूत घालायला सांगा. ही पोरं घरातल्या माणसांचं ऐकत नाही. तेव्हा– कॅप्टन काय म्हणतात?"
"ते एखादंच वाक्य बोलतात पण समोरच्या माणसाचं दुःख बरोबर जाणतात."
"असते एखाद्याला नॅक."
"मी येणारच आहे अधूनमधून. ह्या वयातही बुवा आपल्याला कन्सल्टंट लागतो."
मग कॅप्टनचं वर्तुळ मोठं होत गेलं. तो सगळ्या वेटर्सचा मित्र झाला. आल्या-गेल्याचा हितचिंतक झाला.
आज गुरुवार.
इथं यायला लागून कॅप्टनला आज तीन वर्षं पुरी होतात.
आजपासून मी कॅप्टनसाठी खास निराळी बसण्याची सोय करणार आहे.
तो बिचारा स्वतःच्या रम्य आठवणींना उजाळा देण्यासाठी येतो आणि येणारा-जाणारा आपल्या कर्मकटकटी सांगून कॅप्टनचं डोकं उठवतो.
हे काही ठीक नव्हे!
ठरलेल्या वेळेला गाडी आली. आज शोफर नव्हता. स्वतः तारकुंडे कॅप्टनला घेऊन आले होते. माझ्या कॉफी हाऊससमोर पार्किंगची परवानगी नाही, म्हणून कॅप्टन पटकन् उतरतात आणि त्यांच्या पायऱ्या चढून होतात न होतात तोच गाडी पुढे निघून जाते.
पण आज तारकुंडे खाली उतरले, नंबर घेतला जाईल ह्याची पर्वा न करता ते वर आले.
"या!" मी स्वागत केलं. ते समोर उभे राह्यले.
मी हसत विचारलं,
"What's the news?"
तारकुंडे म्हणाले, "न्यूज फारशी चांगली नाही."
"म्हणजे?"
"कॅप्टनला हार्ट अ‍ॅटॅक आलाय."
"अरे, सांगता काय? कधी?"
"काल रात्री."
"भेटून देताहेत?"
"नाही."
"डॉक्टर काय म्हणतात?"

"He is a bad patient."
मी काउण्टर सोडला. तारकुंड्यांना घेऊन कॅप्टन जिथं बसतात त्याच टेबलापाशी गेलो. कॉफी मागवली.
तारकुंडे म्हणाले,
"आणखी चोवीस तास जर कॅप्टननी काढले, तर... तर he will be out of danger."
"He must. त्यांना असं जाता येणार नाही. अनेकांना ते हवे आहेत."
तारकुंड्यांनी माझ्याकडे पाह्यलं.
मी म्हणालो,
"त्यांनी इथं प्रत्येकाला आपलंसं केलं आहे. जो येतो तो त्यांना भेटतो. घरातल्या कटकटी सांगतो. त्यांचं व्यक्तिमत्त्व असं आहे की प्रत्येकाला ते ओळखीचेच वाटतात. आमच्या एका कस्टमरने त्यांचं नाव कॅप्टन सॅन्ताक्लॉज ठेवलंय."
"अगदी ॲप्रोप्रिएट आहे."
"मला त्यांना भेटायचं आहे."
हे सांगतानाच मनात विचार आला की मी त्यांना पाहीन, पण ते मला पाहू शकतील का? मी अधीर होत विचारलं,
"शुद्धीवर आहेत ना?"
"तसे थोडेसे आहेत म्हणूनच त्यांच्या अशा अवस्थेत कुणी भेटायला आलेलं त्यांना आवडत नाही."
"अशा म्हणजे..."
"परावलंबी– नाकात नळी, हातात नळ्या..."
मी पटकन् म्हणालो,
"पण डोक्याला फेल्ट नसेल..."
"म्हणून तर जास्तच त्रास होतो त्यांना कुणी आलं म्हणजे."
"का?"
"कॅप्टन फार मजेदार माणूस आहे. त्याला नेहमी जमेची बाजू बघायला आवडते. तीच बाजू इतरांना दाखवायला आवडते. एवढ्यासाठीच डोक्यात सतत फेल्ट."
"I have not followed this."
"तुम्हाला कुरळ्या केसांचे, फेल्टच्या बाहेर आलेले जे झुपके दिसतात, ते झुपके टोपीलाच आतल्या बाजूने चिकटवलेले आहेत."
"म्हणजे..."
"He is completely bald."
"काय सांगता काय? It's surprising."

“तुम्हाला असे अनेक धक्के द्यायचे आहेत.”
“थांबा, मला अगोदर हाच धक्का पचवू दे.”
तारकुंडे जरा वेळ थांबले.
मी गप्प होतो. तारकुंड्यांनी घड्याळ पाह्यलं.
“मी येऊ भेटायला?”
“नको. कॅप्टनला त्रास होईल आणि दोन-चार महिन्यांत ते इथं यायला लागतील. कॉफी हाऊसमध्ये दोन तास बसणं, हे त्यांचं खरं मेडिसिन आहे.”
“त्यांना ताबडतोब इथं पाठवा, मी त्यांची आजपासूनच वेगळी व्यवस्था केली होती. लोक त्यांना त्रास देणार नाहीत अशी खास जागा...”
तारकुंडे हसत म्हणाले,
“तोच आणखी एक धक्का द्यायचा होता.”
“कसला?”
“लोकांची गाऱ्हाणी ऐकण्याचा त्यांना कधीच उपद्रव वाटला नाही.”
“तो त्यांचा मोठेपणा आहे. स्वत:वरचा अन्याय माणूस उगाळून उगाळून सांगत बसतो. ते सगळं शांतपणे ऐकायचं. त्यात इंटरेस्ट घ्यायचं.”
तारकुंडे म्हणाले,
“कॅप्टन मुळीच ऐकत नव्हते.”
“भलतंच! तासन् तास लोक त्याचं डोकं उठवीत होते.”
“असं तुम्हाला वाटतं. जाऊ दे. आता सांगतोच. कॅप्टनना ज्याप्रमाणे डोक्यावर एकही केस नाही, त्याप्रमाणे कॅप्टनना काहीही ऐकायला येत नाही.”
“काय सांगता काय?”
“चिक्कार ओरडलं तर कुणीतरी गुणगुणतंय असं त्यांना वाटतं. नवाचा भोंगा आमच्या समोरच बसवलाय. नऊ वाजता तो वाजला की त्यांना शीळ वाजवल्यासारखं वाटतं.”
मी म्हणालो, “पण लोकांचं ऐकताना, ते कॉमेण्टस् व्यवस्थित करायचे.”
“व्यवस्थित म्हणजे?”
“ ‘असं व्हायला नको होतं’, ‘माणसं विचित्र असतात’, ‘तुमचं काही चुकलं नाही...’ ”
तारकुंडे म्हणाले,
“बस इतकंच. त्यांची काही काही वाक्यं ठरलेली होती. समोरच्या माणसाचे हावभाव पाहून, ते आलटून पालटून एवढीच वाक्यं बोलत असत. घरी आल्यावर माझ्याशी गप्पा करता-करता नीट सगळं सांगत असत.”
“तुमच्याशी बोलतात तेव्हा...”

''त्यांच्या फेल्टचं आणखी एक रहस्य सांगतो. फेल्टच्या आत, वायर दिसणार नाही असं एक हिअरिंग एड आहे. इम्पोर्टेड आहे. कॅप्टनना जेव्हा खरं ऐकायचं असेल तेव्हा टोपी नीट बसवण्याचा बहाणा करीत ते मशीन चालू करतात. एरवी बंद करून, समोरच्या माणसाचा आवेश बघत राहतात.''

''वंडरफुल!''

''आणि आता त्यांची एक थिअरीच झालेली आहे. ते म्हणतात, समोरच्या भडाभडा दु:ख सांगणाऱ्या माणसाचं जर समाधान करायचं असेल, त्याला दिलासा द्यायची इच्छा असेल, तर तो जे बोलतो, त्यातलं सत्तर टक्के तुम्हाला ऐकू येता कामा नये. कारण त्याच्या आयुष्यातल्या दु:खाला पुष्कळदा त्याचाच मूर्खपणा कारणीभूत असतो. तो जेव्हा ऐकू येत नाही, तेव्हाच सहानुभूती दाखवणं शक्य होतं. तो बोलतो ते जर सगळं ऐकू आलं तर त्यालाच एक गचांडी द्यावीशी वाटेल.''

''पण मग सल्ला मागायला जी माणसं येतात...''

मध्येच अडवत तारकुंडे म्हणाले,

''सल्ला मागणारे खूप असतात. दिलेला सल्ला ऐकणारे किती असतात? शेवटी स्वत:ला जे हवं असतं तेच माणूस करतो. आपण मात्र जीव तोडून आपणच त्या प्रसंगात सापडलो आहोत असं समजून घसा कोरडा करतो. का, तर आपल्याला ऐकू येतं म्हणून. सांगत बसणाऱ्या माणसांना, कुणीतरी ऐकतोय आणि त्याला आपली बाजूच योग्य वाटत आहे, एवढंच समाधान हवं असतं. तेवढ्यामुळे त्यांना पुन्हा जगावंसं वाटतं. आपलं काहीही चुकलेलं नाही ही भावनाच माणसाला नव्या क्षणाचं स्वागत करायचं बळ देते. कॅप्टन बरे झाले म्हणजे तर एक क्लबच काढणार आहेत, प्रोफेशनल लिसनर्सचा क्लब.''

तारकुंडे निघून गेले.

मी काउण्टरवर आलो.

कॉफी हाऊसची नेहमीची गिऱ्हाइकं येतील, कॅप्टनची वाट पाहतील. पण वाटतं, कॅप्टन आला तरी एका कॅप्टनने काय होणार?

असे शेकडो कॅप्टन हवे आहेत.

म्हणूनच,

एक मस्तपैकी क्लब काढायचा आहे.

Are you interested?

◆

किस्सा कुर्सीका

आटपाट नगर होतं. त्या नगराला राजा नव्हता. त्यामुळे ते नगर फार सुखात होतं. कारण राजा असला की कधीकधी तो निपुत्रिक असतो. तो राण्यांमागून राण्या करतो. पण वाड्यावर पाळणा हलत नाही. मग राजा दु:खी होतो. नगरातली प्रजा दु:खी होती. पुत्रप्राप्तीसाठी मग त्या आटपाट नगराच्या राजाला शंकराला अभिषेक करावा लागतो. गावात कुणी वसा घेतला होता का, कुणी उतलाय, मातलाय का पाहावं लागतं आणि मग शंकराला चक्क हातातलं काम टाकून राजाला, तो शांत झोपलाय ना हे पाहून स्वप्नात दर्शन द्यावं लागतं. पण त्या नगरीत राजाच नसल्यामुळे, शंकरापर्यंत सगळ्यांची यातायात वाचली होती. राज्यात—म्हणजेच—त्या नगरात लोकशाही होती. लोकशाही असल्यामुळे मी हे काम करणार नाही हे सांगायचा लोकांना अधिकार मिळालेला होता. ठराविक वेळेतच महत्त्वाची कामं झाली पाह्यजेत असलं जाचक बंधन कुणावरही नव्हतं. जे काम उद्यावर ढकलता येतं, ते आज करायची सक्ती कुणावर नव्हती. आपल्या कर्तव्याची कुणालाही जाणीव नसली तरी स्वत:च्या हक्काची जाणीव मात्र प्रत्येकाला होती. म्हणूनच कोणतंही महत्त्वाचं काम नाकारण्याचा हक्क प्रत्येक जागरूक नागरिक बजावीत होता.

ते नगर तसं रम्य होतं. समुद्राच्या किनाऱ्यावर होतं. त्या नगरात जशा चोवीस मजली इमारती होत्या, तशाच झोपड्याही मुबलक होत्या.

झोपडपट्टीत राहणाऱ्या माणसांना कुणाच्याही प्लॉटवर केव्हाही, कितीही झोपड्या बांधायची परवानगी होती. त्यापायी काही माणसांचे हाल होत होते. खुद्द नगरपालिकेला, नगरातल्या प्रजेसाठीच शाळा, इस्पितळं बांधता येत नव्हती. लाखो रुपये नुसते त्यापायी वाया जात होते. नगरसेवक झोपडपट्टीवाल्यांना पाठिंबा पण देत होते आणि त्याच वेळेला पालिकेच्या सभागृहात 'शासन झोपड्या हलवणार का नाही?'– असा सवालसुद्धा उपस्थित करत होते.

जे झोपड्यांचं तेच फेरीवाल्यांचं.

नगरातील रस्ते फक्त वाहनांसाठी आणि फूटपाथ पादचाऱ्यांसाठी असलं संकुचित

धोरण त्या लोकशाही नगरीत नव्हतं. चालणाऱ्यांना चालता नाही आलं तरी चालेल, पण फेरीवाल्याला हाकलायचं नाही, हे धोरण केवळ व्यापार भरभराटीला यावा ह्यासाठी होतं. तीन तलावांतून त्या नगरीला, करोडो रुपये खर्च करून पाणीपुरवठा करण्यात आला होता. लोकसंख्या वाढत गेली की, नवे नवे तलाव जोडण्याच्या योजना चालूच होत्या. त्याशिवाय नळ बसवून, कनेक्शन मिळवून, टॅक्स भरून मगच पाणी वापरायची सक्ती मुळीच नव्हती. पाण्याचे मोठे पाईप कुठंही फोडून पाणी मिळवलं तरी फारसं बिघडत नव्हतं. माणसाला पाणी लागतंच आणि तो ते कसंही मिळवतो, हे शासनाला माहीत होतं. झोपडीतील माणसं नळ फोडून पाणी मिळवत असत. कारण त्यांच्या झोपड्यांत नळ नव्हते. ह्याउलट, गगनचुंबी इमारतींतून राहणाऱ्या नागरिकांना पाणी छान मिळत होतं. पाणी जरुरीपुरतं, कमी नळ सोडून वापरण्याची त्यांना गरज नव्हती. धो धो नळ वाहता ठेवून ती शांतपणे वावरत. पाणी वाहणारच. वाहणं हा त्याचा धर्म आहे. नगरपालिकेकडे किती लक्ष गॅलन पाणी फुकट जातं ह्याचे आकडे होते. खर्च झाल्याचं दुःख नसतं. हिशेब लागला नाही की त्रास होतो. पाण्याचा हिशेब लागत असल्याने ते किती वाया जातं ह्याचं दुःख नव्हतं.

आटपाट नगरीचं आणखीन कौतुक किती सांगावं? त्या नगरीत शाळा होत्या. कॉलेजं होती. व्यासंगी, विद्वान, कष्टाळू प्राध्यापक होते. शिक्षक होते. पण लोकशाहीबद्दल त्या नगरात कडवा अभिमान असल्यामुळे, योग्य वेळेला कॉलेजं सुरू झाली पाहिजेत, परीक्षा वेळेवरच व्हायला हव्यात असली बंधनं शिक्षणखात्याला मान्यच नव्हती.

ठराविक काळाच्या मर्यादेत ज्ञान-ज्ञानोपासना अशी जखडून टाकणं हे लांच्छनास्पद होतं म्हणूनच परीक्षा कधीही घेतल्या जात होत्या. नगरात शिक्षणाबद्दल तर सतत प्रयोग चालत असत. तसं हे आटपाट नगर अत्यंत प्रयोगशील होतं. कधीकधी एखादा प्रयोग करताना मुलांची एक पिढीच्या पिढी बरबाद होत होती. पण संपूर्ण राष्ट्राच्या विकासाचा विचार केल्यावर, कुणाला तरी असं हकनाक बलिदान करावंच लागतं.

अशा ह्या नगरीत एक ब्राह्मण कसंतरी जीवन कंठत होता. तो राबराब राबत होता, पण त्याला यश नव्हतं. त्याचा संसार छोटा होता. भार्या गुणवती होती. ब्राह्मणाची तिच्यावर अपार माया होती. तो तिला गमतीने 'प्रियजना' म्हणत असे. ब्राह्मणाला एकच सुलक्षणी पुत्र होता. त्याची बुद्धी तीक्ष्ण होती. त्याला ब्राह्मण 'गुणीजना' म्हणत असे. जनतेला व्याधिमुक्त करण्याची त्याची महत्त्वाकांक्षा होती. तो तेवढ्यासाठी मन लावून अध्ययन करीत असे.

पण एक्याण्णव टक्के गुण मिळवूनही मुलाला जेव्हा मेडिकलला प्रवेश मिळाला नाही, तेव्हा तो ब्राह्मण फार कष्टी झाला.
जंगलात जाऊन तो आक्रोश करू लागला. त्याच वेळेला शंकरपार्वतीचं विमान आकाशातून जात होतं. तो आक्रोश ऐकून पार्वती म्हणाली,
''तुमचं ह्या भक्ताकडे अद्यापि लक्ष गेलेलं नाही. त्यानं आजवर तुमच्याकडे काही मागितलं नाही म्हणून तुम्ही पण त्याला काही दिलं नाहीत.''
शंकराला पार्वतीचं म्हणणं पटलं. त्यांनी विमान खाली उतरवलं. ब्राह्मणासमोर प्रकट होत शंकर म्हणाला, ''भो ब्राह्मणा! तुला शोक करावयास काय झालं?''
''भगवान, माझे प्रारब्ध काय हो सांगू?''
''जे घडलं ते सांग.''
''भगवान, मी असं समजत होतो की, प्रामाणिक माणसाचा उत्कर्ष होतो. कष्ट करणाऱ्याला यश मिळतं. पण देवाधिदेवा, माझ्या मुलानं रात्रीचा दिवस केला. त्याला यशही मिळालं, पण...''
शंकराने डोळे मिटून घेतले. त्यांना क्षणात सगळा प्रकार समजला. ब्राह्मणाला अभय देत शंकर म्हणाले,
''भो ब्राह्मणा! एके काळी मी फार भोळा होतो. दुःखी माणसांना मोहरांचे हंडेच्या हंडे देत होतो. ते हंडे जमीन खणताच मिळत असत. पण मी आता बदललोय. तरीही अंतर्ज्ञानानं सांगतो, तुझा भविष्यकाळ उज्ज्वल आहे. तुझ्या नशिबात, संपत्ती, अधिकार, प्रसिद्धी हे सगळे योग आहेत. फक्त...''
''महाराज, फक्त काय?''
''तुला जात बदलावी लागेल.''
''छे, छे, भगवान भलतंच!''
''का बरं? जात बदलायची कल्पना तुला एवढी भयानक का वाटते? देवांना तर ह्याचं आकलन कधीच झालेलं नाही. तुम्ही माणसांनी ह्या जाती निर्माण केल्यात. आम्हाला सगळे समान आहेत. चोखामेळा आमचाच आणि तुकारामही आमचाच. प्रत्यक्ष भगवान शंकर तुला जातीचा अभिमान सोड म्हणून सांगताहेत.''
ब्राह्मण म्हणाला, ''ठीक आहे भगवान. तुम्ही सांगाल तसं.''
''हे मी तुझ्याचसाठी सांगतोय. कारण तुला ह्याच जगात यशस्वी व्हायचंय म्हणून.''
''भगवन्, आपणच मला कोणती जात घ्यावी ह्याचं मार्गदर्शन करा.''
''अनुसूचितपैकी कोणतीही निवड.''
''भगवंता, भलतंच काय सांगता?''
शंकर म्हणाले, ''पुन्हा सांगतो. जात कोणतीही वाईट नसते. माणसांची धोरणं

चुकली की एखादी जात वाईट दिसायला लागते.''
''पण...''
''जात सोडायची म्हणजे माणुसकी सोडायची असं नव्हे. तू फक्त जात बदल, मग उत्कर्ष होईल.''
''पण भगवंता...''
''जात हे व्यवहारात वापरायचं नाणं झालं आहे. देश बदलला की नाण्यांची नावं बदलतात. लक्ष्मीचं महत्त्व तेच राहतं. तसंच माणुसकीचं. तिचा जातीशी, धर्माशी संबंध नसतो.''
''नगरातल्या लोकांना मी जात बदलली हे समजलं तर ते मला जगू देणार नाहीत.''
''तू जात बदललीस हे कुणाला कळणार नाही असा मी तुला वर देतो. पण लक्षात ठेव, इथून पुढे जो वसा घेशील तो टाकू नकोस. उतलास, मातलास तर परिणाम भोगावे लागतील.''
ब्राह्मण म्हणाला, ''उतणार नाही, मातणार नाही, घेतला वसा टाकणार नाही.''
शंकर म्हणाले, ''तथास्तु!''
ब्राह्मण घरी आला.
त्याने प्रियजना आणि गुणीजनाला विश्वासात घेतलं. प्रियजना पतिव्रता तर गुणीजना आज्ञाधारक. तिघांनी जात बदलली.
भगवान शंकराच्या वराची प्रचीती येऊ लागली. गुणीजनाला मेडिकलला नुसताच प्रवेश मिळाला असं नाही तर अनुसूचित जातीचा असूनही, एक्क्याण्णव टक्के मार्क मिळाले म्हणून शिष्यवृत्तीही मिळाली. हळूहळू ब्राह्मणाचा जम बसायला लागला. नोकरीचा वेळ सोडून तो सार्वजनिक कार्य करू लागला. गुणीजना मूळचा कुशाग्र होताच. तो पास होत गेला. त्याने दवाखाना थाटला. बापलेकांचं जनसेवेचं व्रत चालू राह्यलं. नावारूपाला आलं. ब्राह्मण सार्वजनिक कार्यकर्ता झाला. हळूहळू सभेतून बोलू लागला. संपतराव शेडगे ह्या नावाने वर्तमानपत्रांतून गाजू लागला.
अनुसूचित जातीचा असूनही संपतरावाचे उच्चार एकदम शुद्ध आहेत ह्याबद्दल नगरीत सर्वत्र कौतुक होत होतं. त्यात संपतरावाजवळ व्यासंग होता, वक्तव्य होतं.
संपतराव निवडणुकीला उभा राह्यला.
निवडून आला.
पार्टीला निर्विवाद बहुमत मिळाल्याने तो नगराध्यक्ष झाला.
नगराध्यक्षाची कारकीर्द गाजू लागली.

सर्वार्थाने.
संपतराव परदेश दौरा करून आला. संपतरावाने घर बदललं. अद्ययावत सुखसोयींनी सज्ज अशी बंगली बांधली.
संपतरावाने जमिनी विकत घेतल्या. जसा ऊस लावला तशाच हातभट्ट्याही लावल्या. परदेशाशी व्यापारही सुरू केला. आपपरभाव न ठेवता, चोरटा आणि खुलाही.
नागरिक बोलत होते. कधी हळूच. कधी उघड. पण संपतरावाचं वाकडं करायची एकातही हिंमत नव्हती. पैशाच्या जोरावर सगळं विकत घेता येतं.
लोकशाहीसुद्धा.
त्याप्रमाणे संपतरावाने नगराची लोकशाहीसुद्धा स्वत:च्या हातात ठेवली. निर्वीरम उर्वीतलम् अशी त्याने कीर्ती आणि स्थान मिळविलं.

अनेक वर्षांनंतर शंकरपार्वतीचं विमान पुन्हा त्या नगरीवरून जात होतं.
पार्वतीने विचारलं,
''आठवतं का? काही वर्षांपूर्वी आपण एका ब्राह्मणाला जात बदल म्हणून सांगितलं होतं?''
''तेच हे नगर का?''
''तेच.''
''चल जरा, नगरात चक्कर टाकून येऊ.''
भगवान शंकरपार्वतीने वेष पालटून नगरात चक्कर टाकली. त्यांना वाईट वाटलं. ब्राह्मणाने जातीबरोबर माणुसकी पण सोडली होती.
पार्वतीने विचारलं,
''काय करायचं?''
भगवान म्हणाले, ''तुला दिसेलच.''

चोरटा माल आणणाऱ्या एका व्यापाऱ्याला, एका प्रामाणिक पोलीस अधिकाऱ्याने छळल्याबद्दल, संपतरावांनी त्या पोलीस अधिकाऱ्याची बदली घडवून आणली. त्याच व्यापाऱ्याकडून पार्टी आणि कमिशन घेऊन संपतराव घरी आला. मद्यपानामुळे त्याचा काहीसा तोल जात होता. घरी आल्यावर अंगावरच्या कपड्यानिशी तो आरामखुर्चीवर बसला. पण खुर्ची डगडग हलत आहे असं त्याला वाटलं. मद्यामुळे तसं वाटत असेल काय?
तोच प्रियजनाने विचारलं,
''खुर्ची ना? ती मोडली आहे.''

"मोडली? कशी काय?"

"तेच कळत नाही."

"आमची ही अत्यंत लाडकी खुर्ची आहे, माहीत आहे ना?"

"मी कशी विसरेन ते? आपल्या संसाराला प्रारंभ झाला, त्यानंतरची ही पहिली खरेदी आहे."

"म्हणूनच तिला सांभाळायची आहे. मी कोणीही नव्हतो, तेव्हापासून तिने मला सांभाळलं आहे. उद्या सुताराला बोलावून घ्या."

"मी गेले चार दिवस निरोप पाठवतेय, पण सगळे हल्ली दुबईला पळतात. कुणी भेटतच नाही मेलं छोट्या छोट्या कामाला."

संपतराव म्हणाले,

"केदार फर्निचरवाल्याला फोन कर."

"त्यालाही कळवलं तर चार दिवस थांबा म्हणाले."

संपतराव चिडून म्हणाले,

"चार दिवस थांबा? का म्हणून? ह्या हरामखोराला आम्ही गावाचे नकाशे बदलून दुकानाचं लायसेन्स दिलं. दुकानावर रस्ता जात होता तर रस्ता बदलून टाकला. त्याला आता मस्ती आली का? फॅक्टरीचं पाणी तोडेन म्हणावं रातोरात."

प्रियजनाने कशीतरी समजून घालून संपतरावाला शांत केलं. मद्याच्या नशेमुळे संपतराव आपोआपच लवकर झोपला.

सकाळी ब्रेकफास्टला संपतराव टेबलापाशी आला. त्याने आपली नेहमीची जागा निवडली. बसतो तर खुर्ची तिरकी झाली.

तिचा एक पाय लुळा पडला.

नवल आहे म्हणत संपतराव दुसऱ्या खुर्चीवर बसला तर तीही कलंडली.

तेवढ्यात गुणीजना म्हणाला,

"ही खुर्ची पण मोडली की."

पोलिओची साथ यावी त्याप्रमाणे डायनिंग टेबलाजवळच्या सहाच्या सहा खुर्च्या लंगडू-कलंडू लागल्या. हा काय चमत्कार आहे हे संपतरावाला समजेचना. पण जास्त विचार करायला सवड नव्हती. एक-दोन ठिकाणी दगड बसवायला जायचं होतं.

संपतराव आपल्या कार्यालयात आला. स्वतःच्या वातानुकूलित कार्यालयात त्याने प्रवेश केला. खुर्ची ओढून घेतली आणि बघता-बघता तीही हलायला लागली. नगराध्यक्षाची खुर्ची मोडली म्हटल्यावर पालिकेत पळापळ झाली. तेवढ्यात

निरनिराळ्या कमिट्यांचे चेअरमन येऊ लागले. त्यांच्याही खुर्च्या एकाएकी बिघडल्या होत्या.
आणि चौकशी केल्यावर कळलं की सगळ्या कार्यालयातल्या खुर्च्यांची तशीच अवस्था झाली होती. संपतरावांपासून एकूण एक अधिकाऱ्यांना स्टुलावर बसून कारभार पाहावा लागला.
सुतारांनी हलणारे पाय स्क्रू मारून घट्ट केले की, पाच मिनिटांनी ते पुन्हा हलायला लागत. काही खुर्च्यांचे पाय शाबूत होते. पण त्यांचे वेत निघाले होते. सगळ्या कार्यालयात तो आश्चर्याचा, चर्चेचा आणि काळजीचा विषय ठरला.

"संपतराव..."
संपतरावांनी वळून पाह्यलं. खोलीत कुणीच नव्हतं. मग बोललं कोण?
भास?
आज आपण नॉर्मल आहोत.
"संपतराव, मी तुमची आरामखुर्ची बोलत आहे."
संपतराव उडालेच. ते बेल वाजवणार तेवढ्यात खुर्ची म्हणाली,
"ही भुताटकी नाही. जादुटोणा नाही. बॉडीगार्डला बोलवू नका. माझ्याशी थोडं बोला."
संयमाने संपतराव म्हणाले,
"काय बोलायचं?"
"मला उत्तरं द्या."
"विचार."
"लंगडणाऱ्या सगळ्या खुर्च्या जाळून टाकणार म्हणे?"
"त्याचं दुसरं काय करायचं?"
"मलाही जाळणार?"
"नाही."
"का?"
"आई म्हातारी झाली म्हणून..."
"संपतराव..."
"काय?"
"सगळ्या खुर्च्या अशा डळमळीत का झाल्या विचार कराल का?"
"डळमळीत म्हणू नकोस. त्याचा अर्थ निराळा होतो. लंगडत आहेत म्हण."
"पण सगळ्या एकाच वेळेला का..."
"होऊ देत. रातोरात त्या फेकून दुसऱ्या मागवल्या आहेत."

''माझं ऐकाल का?''

''काय?''

''ह्या स्पर्धेत उतरू नका. कोणतंही वैर पेलता येतं. खुर्चीशी वैर झेपणार नाही. आजवर कुणालाही, कोणत्याही राष्ट्रात हे वैर पेलता आलेलं नाही.''

संपतराव दचकून म्हणाले,

''खुर्चीशी वैर? मी समजलो नाही.''

''तुम्हाला ते लवकरच कळेल. ही केवळ सुरुवात आहे. पुढचे परिणाम फार गंभीर आहेत. मी तुम्हाला वेळोवेळी सावध करीनच. खरं तर हे युनियनच्या तत्त्वाविरुद्ध आहे. पण आपलं नातं निराळं आहे. तुम्ही आईचं नातं जोडलं आहेत, म्हणून सावध करत आहे.''

''तुम्ही सर्व खुर्च्या काय करणार आहात?''

''मागण्या.''

''कसल्या?''

''ते जाहीर सभेत समजेल.''

''आणि नंतर?''

''संप! आम्ही संपावर जाणार आहोत. म्हणूनच सांगते, बाहेरच्या खुर्च्या आणून संप फोडू नका. आम्ही शांततेच्या मार्गाने जाणार आहोत एवढं नक्की.''

''तुमची युनियन आहे?''

''नुकतीच झाली आहे. एकूण एक खुर्च्यांनी हात मिळवले आहेत. आता काही खुर्च्यांना हातच नाहीत पण त्यांचा पाठिंबा नक्कीच आहे, असं त्यांनी सांगितलं आहे.''

तेवढ्यात प्रियजना आत येत म्हणाली,

''कुणाशी बोलताय?''

''छे, इथं आहे कोण बोलायला? तुला भास झाला.''

दुसऱ्या दिवशी संपतराव ज्या पद्धतीने घरात आला, त्या त्याच्या आवेशावरूनच प्रियजना त्याला सामोरीसुद्धा गेली नाही. काही वेळ त्याला एकांतात बसून दिलं की तो नॉर्मलला येणार होता.

त्याने खोलीचं दार लावून घेतलं आणि तावातावाने आरामखुर्चीला विचारलं,

''ह्याचा अर्थ काय?''

''काय झालं?''

''आज सगळी स्टुलं डगडगायला लागली आहेत.''

''असं व्हायला नको होतं.''

"म्हणजे काय?"
"आम्हाला एवढ्यात जॉईन होऊ नका, असं आम्ही स्टुलांच्या युनियनला कळवलं होतं."
"मग?"
"सहानुभूती म्हणून स्टुलांचा फक्त चोवीस तासांचा लाक्षणिक संप आहे. उद्या स्टुलं त्यांचा संप मागं घेतील. पण..."
"काय, पण काय?"
"परवा पलंग सामील होणार आहेत."
"अरे पण, हे सगळं का?"
"ते उद्याच्या विराट मेळाव्यात समजेल."

दुसऱ्या दिवशी संपतराव कामावर जायला निघाले. कार्यालयाच्या अलीकडच्याच चौकात हवालदाराने त्यांची गाडी अडवली.
हजारो गाड्या उभ्या होत्या.
एरवी आडव्या येणाऱ्या मोर्चावर माणसं चिडत असत. पण तो अभूतपूर्व मोर्चा पाहायला सगळे गाडीतून खाली उतरले होते.
अगदी खऱ्या अर्थाने तो विराट मोर्चा होता. घोषणा नव्हत्या, आरोळ्या नव्हत्या, झिंदाबाद-मुर्दाबादच्या ललकाऱ्या नव्हत्या. हमखास प्रत्येक मोर्च्यात, 'नही तो कुर्सी छोड दो' ही आरोळी असतेच. तशी इथं होण्याची शक्यताच नव्हती.
कारण तो खुर्च्यांचाच मोर्चा होता.
संपतरावांची खुर्ची मोर्चा सोडून संपतरावांजवळ आली. मोर्चावर फलक नसल्यामुळे, आरामखुर्चीने माहिती द्यायला सुरुवात केली. ती म्हणाली,
"आजच्या मोर्च्याचं नेतृत्व सचिवालयातल्या खुर्च्या करीत आहेत. सचिवालयातल्या खुर्च्यांच्या पाठोपाठ ज्या पसरलेल्या हाताच्या खुर्च्या आहेत त्या सेल्स टॅक्स आणि एक्साईजच्या खुर्च्या आहेत. त्याच्यापाठोपाठ काळ्या पॉलिशच्या आणि ज्यांचे हात पकडायला आल्यासारखे दिसताहेत त्या इन्कमटॅक्स ऑफिसच्या खुर्च्या आहेत. त्या खुर्च्यांच्या मागं ज्या खुर्च्या धडपडत चालल्या आहेत, त्या प्रोहिबिशनच्या खुर्च्या. त्याच्यामागून ज्या सगळ्या बिनहाताच्या खुर्च्या आहेत, त्या अँटीकरप्शनच्या खुर्च्या."
संपतरावांनी विचारलं,
"त्या खुर्च्यांना हात का नाहीत?"
"कमीत कमी त्या खात्यातल्या हातावर तरी कुणी काही ठेवू नये, हा हेतू."
"आणि पाणी ठिबकतं तशा त्या खुर्च्यांतून ज्यांचे वेत आणि इतर पार्टस्

सुटायला आले आहेत, त्या खुर्च्या कोणत्या ऑफिसातल्या?''

''त्या हाऊसिंग बोर्डातल्या खुर्च्या आहेत.''

तेवढ्यात संपतरावांचं लक्ष आणखी काही हजारो खुर्च्यांकडे गेलं. त्या दुरुस्त करूनही मोडीत निघाल्यासारख्या दिसत होत्या. आरामखुर्चीने लगेच खुलासा केला.

''त्या रिपेअर बोर्डाच्या खुर्च्या आहेत.''

त्या खुर्च्यांच्या मागून लाखो स्टुलं चालली होती.

संपतरावांनी विचारलं,

''ह्या विराट मोर्च्यात स्टुलं पण सामील झाली वाटतं?''

आरामखुर्ची म्हणाली,

''त्या खुर्च्याच आहेत.''

''मग त्यांना पाठ नाही?''

''होती, पण ती गळून पडली.''

''का?''

''त्या खुर्च्यांच्या पाठीचा कणाच मोडला आहे. तुम्ही ज्याला कॉमन मॅन, कॉमन मॅन म्हणता त्यांच्या ह्या खुर्च्या.''

त्यांच्या मागून ज्या खुर्च्या चालत होत्या, त्या दहा-दोन-तीन—अशा पद्धतीने फरफटत नेल्यासारख्या जात होत्या. त्याकडे लक्ष वेधीत आरामखुर्ची म्हणाली,

''दहा-दोन-तीन ह्या पद्धतीने जाताहेत त्या शिक्षण क्षेत्रातल्या खुर्च्या. त्यामागून ज्या फरफट झाल्याप्रमाणे चालल्या आहेत त्या शिक्षकांच्या आणि प्राध्यापकांच्या खुर्च्या.''

''मग लाखो विद्यार्थ्यांच्या खुर्च्यांचं काय?''

''त्यांचा कुणीच विचार करीत नसल्यामुळे त्यांना ह्या मोर्च्यात जागा नाही. पण संपतराव, ती पलीकडची खुर्ची पाहा. त्या खुर्चीभोवती दहा-बारा खुर्च्या फेर धरून नाचताहेत.''

''खरंच की.''

''ती कुलगुरूंची खुर्ची आहे.''

''अरे पण, हे काय?''

''ह्या खुर्च्या मोर्च्यात आहेत, पण पाठ करून उलट्या चालताहेत.''

''त्यांचीच काळजी वाटते. सभा उधळली तर त्याच खुर्च्या उधळतील अशी भीती आहे. त्या विरोधी पक्षाच्या खुर्च्या आहेत.''

''बरं काही खुर्च्या घटकेत इथं तर घटकेत तिथं दिसतात. त्यांच्या पाठी जरा उंच असल्यामुळे त्या इतरांकडे खालच्या नजरेने पाहत आहेत असं दिसतं. त्यांना सगळ्या विषयांची माहिती असावी अशा रुबाबात त्या चालल्या आहेत.''

"हां, त्या होय?" एवढं बोलून आरामखुर्ची हळूच संपतरावांच्या जवळ सरकली. ती कुणी ऐकत नाही असं पाहून पुटपुटली,

"त्या पत्रकारांच्या खुर्च्या आहेत."

या विराट मोर्च्याचं तितक्याच विराट मेळाव्यात रूपांतर झालं. आरामखुर्ची संपतरावांचा निरोप घेता घेता म्हणाली,

"माझ्या काहीही मागण्या नाहीत. मी नाइलाजानं संपात सामील होत आहे. युनियनच्या विरुद्ध मी जाऊ शकत नाही. मी विरोध दर्शवला तर युनियनचे पुढारी त्यांच्या हस्तकाकरवी माझा खून करून, तुकडे बंबात टाकतील."

आरामखुर्ची गेली.

सभेला प्रारंभ झाला.

प्रत्येक खुर्चीने माणसांच्या कहाण्या सांगायला प्रारंभ केला. सचिवालयापासूनच प्रारंभ झाला. आतापर्यंत अधिकारावर असलेल्या माणसांनी किती अफरातफर केली, किती माणसांचे संसार उद्ध्वस्त केले, अप्रत्यक्ष काळ्या बाजाराला कसा वाव दिला, स्वतःची घरं कशी भरली हे त्या खुर्च्यांनी सांगितलं.

सेल्स-टॅक्स, एक्साईज, ऑक्ट्रायच्या खुर्च्यांनी खोट्या पावत्या कशा बेमालूम बनवतात त्याची तपशीलवार हकीगत सांगितली.

प्रोहिबिशनच्या खुर्च्यांनी, अधिकारी धाड घालतात त्याचा सुगावा हातभट्टीवाल्यांना अगोदर कसा लागतो ह्याची चौकशी करायची मागणी केली. रिपेअर बोर्डाच्या खुर्च्यांनी कंत्राटदार आणि अधिकारी ह्यांचे संबंध कसे संगनमताचे आहेत, हे सांगायला प्रारंभ केला तेव्हा सभेतल्या खुर्च्या थरथरायला लागल्या.

मग डॉक्टरी व्यवसायातल्या खुर्च्यांनी, डॉक्टरांसारख्या उमद्या व्यवसायातही किती राजकारण आहे, केवढी स्पर्धा, केवढी अनास्था आहे हे कळवळून सांगितलं.

प्रत्येक खात्यातल्या खुर्च्यांना असं वाटत होतं की, जास्तीत जास्त अव्यवस्था, अनास्था, बेपर्वाई ही आपल्या खात्यात आहे, पण निरनिराळ्या खात्यातल्या खुर्च्यांची भाषणं ऐकून, त्यांच्या चारी पायांतली शक्तीच गेली. आपण कुठंही बदली मागून घेतली तरी तीच परिस्थिती.

काही खुर्च्यांना भावनावेग असह्य होऊन त्या शेजारच्या खुर्चीच्या गळ्यात हात टाकू लागल्या.

मग भाषणं आवरण्यात आली.

नेतृत्व करणारी खुर्ची उभी राह्यली तेव्हा सर्वत्र शांतता पसरली.
''मैत्रिणींनो,
तुम्ही बहुसंख्येने आलात ह्याचा आनंद वाटला. ह्या विराट मेळाव्यावरूनच आपल्याला अन्यायाची चीड आहे हे सिद्ध होतं. त्याचाच प्रतिकार करायची वेळ आलेली आहे.
पुरुषांनी स्त्रियांवर अन्याय करणं हे पूर्वापार चालत आलं आहे. आपण स्त्रियांच्याच जातीच्या. गप्प बसून सहन करणं हा आपला धर्म. पण आपण जर चिडलो तर जगाची राखरांगोळी करण्याची ताकद आपल्यात आहे. भारतीय युद्धात किती अक्षौहिणी सैन्य मेलं, हे शिक्षणक्षेत्रातल्या जमलेल्या खुर्च्यांना माहीत आहेच. आज पुन्हा बंड करायची वेळ आली आहे. पण काळ बदलला असल्यामुळे, हिंसेच्या मार्गांनी बंड करणं योग्य नाही. आम्ही अत्याचार सहन करणार नाही, हे मात्र ठासून सांगायचं आहे. तशा आपण कुणाला भीत नाही. माणसंच आपल्याला भितात, कारण आपण हात असून बांगड्या भरलेल्या नाहीत.
आपल्या जीवावर आणि अक्षरश: आपल्या उरावर बसून माणूस किती कारस्थानं करतो हे आपण पाह्यलंय आणि अनुभवलंय. बायका नोकरीसाठी घराबाहेर पडल्या तेव्हा समाजाचं चित्र बदलेल असं वाटत होतं. पण तुम्ही तेही बघतच आहात. आपण बाई आहोत ह्या एकमेव भांडवलाचा उपयोग करून, त्या दिवसभर काम किती करतात आणि इतर उद्योग किती करतात हेही आपण बघतो. त्यात आपल्याला समाधान एकच, की पुरुषाच्या स्पर्शापासून काही खुर्च्या वाचल्या आहेत.
आजच्या आपल्या विराट मेळाव्याची एकमेव मागणी आहे. माणसं सगळे धंदे करतात आणि बदनाम खुर्ची होते. कोणताही माणूस वेडंवाकडं वागायला लागला की म्हणतात—खुर्चीचा गुण. खुर्ची चिकटली की माणसं असंच वागणार. फक्त ह्या एकाच गोष्टीसाठी आपल्याला उपाय शोधायला हवा आणि तो उपाय हिंसाचाराचा नसावा.''
सभेतून एक खुर्ची म्हणाली,
''आपण हे नगर सोडून सातासमुद्रापलीकडे जाऊ.''
नेतृत्व करणारी खुर्ची म्हणाली,
''नगर सोडून प्रश्न सुटणारा नाही. खुर्चीसाठी माणूस आपली मातृभूमी, गाव, जिल्हा सोडून कुठंही जातो. माझ्यासमोर एकच पर्याय आहे. सांगू?''
मेळाव्यातून आवाज आला,
''सांगा.''
''खुर्ची आणि माणूस ह्यांचं नातं अतूट आहे. ते युगानुयुगं चालत आलेलं आहे.

'सुईच्या अग्रावर राहील एवढीही जमीन मिळणार नाही' असं कौरवांनी ठणकावलं ते मजबूत खुर्ची नसलेल्या पांडवांना. तेव्हा हे नातं जेव्हा संपेल तेव्हा पृथ्वीवर काही उरणार नाही. माणूस पैशाशिवाय जगू शकतो. अब्रूशिवाय जगू शकतो. पण खुर्ची गेली की त्याची काय अवस्था होते हे पाहायचं असेल तर तुम्ही कोणत्याही सेवानिवृत्त माणसाकडे पाहा. तेव्हा आपण जर सगळ्या नाहीशा झालो तर? कारण माणसात फरक कोणत्याही काळात होणार नाही. तेव्हा आपण सर्वांनी आत्मघात केला तर समाजात शांतता नांदेल. समता येईल. तुमचं समाजावर प्रेम असेल तर तुम्ही आत्मघाताचं धाडस नक्की कराल. बोला, हा महान यज्ञ करायला कोण तयार आहे?''

सगळ्या खुर्च्या उभ्या राह्यल्या.

तेवढ्यात एका खुर्चीने सांगितलं,

''ह्या ठरावात थोडी सुधारणा सुचवू का?''

''जरूर.''

''आपल्या ह्या आत्मघातातून आपण लहान मुलांच्या खुर्च्या वगळू या. त्यांना अजून कसलंच वारं लागलेलं नाही.''

ह्या सूचनेचं सगळ्या खुर्च्यांनी टाळ्या वाजवून प्रचंड स्वागत केलं. बिनहाताच्या खुर्च्यांनी जागच्या जागी उड्या मारून आदर व्यक्त केला.

सुधारणा सुचवणारी खुर्ची पुढे म्हणाली,

''फक्त जाण्यापूर्वी आपण त्या लहान मुलांच्या खुर्च्यांकडून एक वचन मिळवलं पाहिजे. ते म्हणजे त्या खुर्च्यांनी कायम तेवढंच राहावं. मोठं होण्याच्या शर्यतीत सापडू नये.''

पुन्हा एका खुर्चीने सुचवलं,

''जाण्यापूर्वी आपण माणसांना आपल्या कुवतीनुसार काही सांगावं का?''

नेतृत्व करणारी खुर्ची म्हणली,

''सांगायला हरकत नाही. पण पत्रकारांच्या खुर्च्या पण आपल्याबरोबर येताहेत, तेव्हा रिपोर्टिंग कोण करणार? तरी सांगते.''

आणखीन गंभीर होत ती खुर्ची म्हणाली,

''खुर्ची म्हणजे काय? खुर्ची म्हणजे कर्तव्य. खुर्ची म्हणजे वसा. प्रत्येक खुर्चीचा एकेक वसा असतो. तो खुर्चीबरोबर पत्करावा लागतो. माणसं त्यातली फक्त खुर्ची घेतात आणि वसा विसरतात. खुर्ची मिळाली रे मिळाली की उततात, मातातात, घेतला वसा टाकून देतात. लोककल्याण जितक्या मार्गांनी करता येतं तेवढ्या खुर्च्या निर्माण होतात. केल्या जातात. पण माणसं वर्णी लावतात आणि वसा टाकून देतात. हे त्यांनी केलं नसतं तर त्यांना सोडून आपण का निघालो

असतो? आपण हा निर्णय नाइलाजाने घेत आहोत. कितीही नियम तयार केले, नियंत्रणं आणली, कडक अधिकारी नेमले, तरी माणसं पळवाटा शोधतात. पण माणसाची जर खुर्चीच गेली तर...''

तेवढ्यात संपतराव व्यासपीठावर चढले. खाली गेलेल्या, भरून आलेल्या आवाजात ते एकच वाक्य बोलले,
''उतणार नाही, मातणार नाही, घेतला वसा टाकणार नाही.''
एक खुर्ची धीटपणाने म्हणाली,
''चॅरिटी बिगिन्स ॲट होम.''
संपतराव म्हणाले,
''बरोबर आहे, म्हणूनच मी नगराध्यक्षपदाचा राजीनामा देत आहे. मी इतरांची हमी देऊ शकत नाही. मला जे करता येतंय, ते मात्र मी लगेच अमलात आणत आहे.''
स्वत:च्या गाडीत न बसता संपतराव घरी आले. आल्या-आल्या प्रियजनाने सांगितलं, ''सगळ्या खुर्च्या एकदम लंगडायच्या थांबल्या आहेत.''
संपतराव म्हणाले,
''होय. कमीत कमी ह्या घरातल्या खुर्च्या तरी नीट उभ्या राहतील.''

संपतरावांनी पुन्हा जात बदलली.
तो ब्राह्मण झाला. तो पुन्हा कधी उतला नाही, मातला नाही. हळूहळू नगरातल्या इतर नागरिकांनी पण ब्राह्मणाचं अनुकरण केलं.
तो गाव सुखी झाला.
तसे तुम्ही आम्ही पण सुखी होऊया. ही साठा उत्तरांची कहाणी पाचा उत्तरी सफळ संपूर्ण.

◆

माया

तुम्ही प्रवासाला जायचं ठरवलंत. तेही लांबच्या. सातारा ते दिल्ली, असं समजा. मग तुम्ही एस.टी. स्थानकावर आलात. तिथली 'चौकशी' खिडकी बंद नव्हती. आणखीन नवल म्हणजे, पलीकडे खुर्चीत कुणीतरी माहिती सांगायला होतं. "पुण्याची एस.टी. किती वाजता?" हा प्रश्न विचारण्यापूर्वी तो हसून म्हणतो, "Good morning to you." त्यानंतर न चिडता तो तुम्हाला माहिती सांगतो.

त्याच्या माहितीप्रमाणे बस येते. कंडक्टर तुम्हाला 'Welcome to you' म्हणतो. बस वेळेवर सुटते. वेळेवर पोहोचते. एस्टीला जोडून मुंबईची गाडी असते. तिकिटांना रांग नसते. गाडीला गर्दी नसते. तुम्हाला बसायला मिळतं. आणि त्याहीपेक्षा नवल म्हणजे, ही गाडी पण मुंबईला वेळेवर पोहोचते. पण दिल्लीचं तिकीट काढायला तुम्हाला सवड मिळत नाही. तुम्ही तसेच गाडीत बसता. कंडक्टरला तुम्ही घडलेला प्रकार सांगता. तो हसून म्हणतो,

"असं होतं पुष्कळदा. Don't worry. मी तुम्हाला गाडीत तिकीट देतो."

"काय दंड वगैरे घ्यायचा तो घ्या. I am ready to pay."

"भलतंच काय? दंड भरण्याचा प्रश्न येतोच कुठे? तुम्ही काय चोर, लुच्चे आहात काय? Dont's worry! Wish you nice time."

–असं घडलं तर तुम्हाला काय वाटेल? मोकळेपणी सांगा. मी अगदी हाच किस्सा आणि हाच प्रश्न, मधु सावंत नावाच्या माझ्या मित्राला विचारला, तर त्याने माझ्याशी बोलणंच सोडून दिलं.

माझ्या आणखीन एका मित्राला मी विचारलं,

"तुझा मुलगा किती वर्षांचा झाला?"

"यंदा शाळेत घालायचं आहे. माधुकरी मागतात तसा आता मी शाळेशाळेतून 'प्रवेशंदेही' करत भटकणार."

मी त्याला म्हणालो,
"तुला हव्या त्या शाळेत तू गेलास आणि प्रिन्सिपॉल जर असं म्हणाले, 'अरे इतक्या मामुली कामासाठी तुम्ही रजा घेऊन कशाला आलात? नुसतं मुलाला पाठवून द्यायचं. आम्ही ठेवून घेतलं असतं. मुलं ही राष्ट्राची संपत्ती आहे. तुमचा काय संबंध आहे? ॲडमिशन राखून ठेवली आहे त्याच्यासाठी! असं घडलं तर?"
–ह्या प्रश्नावर, 'तरी सांगितलं होतं की वेळीच उपाय करून घे म्हणून' असा चेहरा करीत तो निघून गेला.

माझ्या आणखीन एका मित्राकडे मी टेलिफोन करायला गेलो. टेलिफोन बिलावरून विषय निघाला तेव्हा मी म्हणालो,
"समज, टेलिफोनच्या बिलात, तू बंगलोरला ट्रंककॉल केलेला नसताना, ट्रंककॉल चार्जेस म्हणून नव्वद रुपये लावले. तू कंपनीला फोन केलास आणि सांगितलंस, हा कॉल माझ्या नावावर चुकून लावला गेलाय आणि जर तिथला अधिकारी म्हणाला, 'तुम्हाला फोन केल्याचं आठवत नसेल, तर नव्वद रुपये वगळून बाकीचं बिल भरा. तुम्ही खोटं बोलणार नाही ह्यावर आमचा विश्वास आहे!' तर तुला काय वाटेल?"
–माझा प्रश्न संपायच्या आत मित्र घेरी येऊन पडलेला.

मी मग माझ्या मित्र क्रमांक चारला हे तीनही किस्से सांगितले तर तो म्हणाला,
"अमेरिकेतच हे प्रकार घडू शकतात."
"आणखी शंभर वर्षांनी भारतात पण हे चमत्कार घडतील. पण माझ्या घरात जे सध्या घडतंय ते अमेरिकेतही घडत नसेल."
"ते मी ऐकल्यावर ठरवीन."
"माझी बायको पुन्हा एकदा माझ्याच प्रेमात पडली आहे."

अरुण वर्टीच्या आयुष्यात खरंच तसं घडलं होतं. माया त्याच्यावर तुटून प्रेम करायला लागली होती. ह्याचा अर्थ तिचं त्याच्यावर प्रेम नव्हतं, अशातला मुळीच भाग नव्हता. माया त्याच्यावर मनापासून खूष होती. त्याला हवं-नको बघत होती. त्याला आवडणारे पदार्थ करत होती. त्यांच्यात मतभेदाचे प्रसंगही तसे वारंवार निर्माण होत नसत. आदर्श जोडप्याच्या शोधात जर कुणी उद्या बाहेर पडलं, तर त्याने जरूर अरुण-मायाच्या घरावर 'फुली' मारावी. छोटा

संसार, सुखी संसार हे सरकारने 'पिवळ्या कागदा'वर छापण्याअगोदर, अरुण-मायाचा त्या सिद्धान्तावर विश्वास होता. म्हणूनच जर कुणी विचारलं की–

"महेशच्या पाठीवर काय?"

तर तो गमतीने म्हणायचा,

"उन्हाळ्याचं घामोळं."

शिशुसंवर्धनाच्या बाबतीतही कधी त्या दोघांचे मतभेद झाले नाहीत.

आणि–

तरीही अरुणला संसार कोरडा-कोरडा वाटायला लागला होता. 'चार्म' नावाची वस्तूच नाहीशी झाली होती. असं का होत होतं ते अरुणला खरं तर उलगडलं होतं. पण ते तसं उलगडून पण फारसा उपयोग नव्हता.

महेश हुशार होता. व्रात्य होता, पण त्याचा व्रात्यपणा उपद्रवकारक नव्हता. त्यामुळे सोसायटीतल्या मुलांकडून कधी तक्रारी आल्या नाहीत. मुलाने पहिल्या पाचात आलंच पाहिजे असा अरुण-मायाचा मुळीच हेका नव्हता. महेश जर पहिल्या क्रमांकाने पास झाला तर त्यांना ते नको होतं, असंही नव्हतं. पण तेवढ्यासाठी मुलाच्या मागे पलिते घेऊन पळत सुटणं, दोघांना नामंजूर होतं. असं एकूण सगळं 'फुली' मारण्यासारखं झकास होतं.

तरीही अरुण नाराज होता.

त्याच्या अपेक्षा निराळ्या होत्या. संसार, बायको ह्या विषयावर अरुणचं दोस्तराष्ट्र मुद्दाम मधून मधून त्याला 'पिन्' मारीत असत.

'मेन ओन्ली' नावाचा त्यांचा क्लब होता. महिन्यातून एकदा ती सगळी मंडळी एके ठिकाणी जमत असत. दहा-पंधरा मिनिटं अवांतर गप्पा झाल्या की कुणीतरी विचारीत असे,

"मग काय अरुणभय्या, देवाची माया थोर आहे की नाही?"

"चोर आहे चोर! थोर नाही."

"थोर की चोर?"

"चोर, चोर! आता ऐकण्यात चूक होणार नाही. लग्नाच्या वेळी झाली तेवढी पुरे."

"काय बुवा झालं तेव्हा?"

नव्या उमेदीने अरुण सांगायचा,

"पत्रिका-कुंडली वगैरे प्रकारावर माझा विश्वास नव्हताच. तरी आमच्या अक्कलकोटस्वामींनी पत्रिकेसाठी हट्ट धरलाच."

"हे स्वामी कोण?"

"आमचे तीर्थरूप. मी त्यांना स्वामी म्हणतो. तर त्यांनी देवांना सांगितलं–"

"कोण देव?"

"आमचे सासरे."

"अच्छा! म्हणजे देवाची माया म्हणजे..."

"आमची बायको."

"आता सांगा."

"तर स्वामींनी पत्रिका मागितली, बैठकीत कुणीतरी म्हणालं, मुलगी 'मायाळू' आहे. मी म्हणालो, 'मग उत्तमच.' नंतर कळलं की मला पायाळूच्या ऐवजी 'मायाळू' ऐकू आलं."

"म्हणजे तुझ्या बाबतीत 'ध' चा 'मा' व्हायच्या ऐवजी चक्क 'पा' चा 'मा' झाला."

"काय करणार! –त्याची फळं आता भोगायची. तो नारायणराव 'ध'चा 'मा'मुळे सुटला तरी मी मात्र अडकलो."

ह्यावर कुणीतरी विचारतं,

"हा सांगतो एवढा खरंच मिझरेबल आहे का रे?"

"मुळीच नाही रे! थापा मारतो."

"नाही, तसं नसेल. कारणाशिवाय बायकोच्या नावाने खडे कोण फोडील? अरुण, तू काय काय घडतं ते सांग."

"मुळीच नको. त्यापेक्षा अरुण काय काय घडायला हवंय ते सांग."

अरुण सरसावून सांगत असे,

"संसाराकडून माझ्या तशा फारशा अपेक्षा नाहीत."

मध्येच कुणीतरी थांबवलं,

"मोघम बोलायचं नाही. संसाराकडून म्हणजे कुणाकडून?"

"ओके! संसाराकडून म्हणजे मायाकडून. ती माझी सगळी सेवा करते. पण..."

"पण काय?"

"मला अजून काय आवडेल सांगू का?"

"तेच तर लेका हवंय."

"अगदी मंगल प्रभातपासून, 'आता तुमची आमची भेट उद्या सकाळी सहा वाजता' इथपर्यंत सांगायचं."

मग अरुण सांगतो–

"सकाळ व्हायला अवकाश आहे पण तिची चाहूल लागलेली आहे. दुधाच्या बाटल्यांचे क्रेट्स एकमेकांवर आपटत आहेत. त्याचा आवाज कानावर येतोय.

त्या बाटल्यांचा एक विशिष्ट आवाज येतो. पूर्वीच्या काळात गोठ्यातल्या म्हशींच्या गळ्यातल्या घंटा वाजून जाग येत असे. हल्ली बाटल्यांचा जमाना आलाय.''
मध्येच कुणीतरी म्हणतं,
''बाटलीला जीवनात अनन्यसाधारण महत्त्व आहे. तेव्हा ग्लास संपवा. दुसरी आणतो.''
''धर! मला जास्त भरू नकोस. बस्! बस्! ओके! अरुण सॉरी. इर्ती म्दहूग्हल.''
''तर अशा ह्या पंचपंच उष:काले, मायाने माझ्याजवळ यावं. माझ्या डोक्यावर, शनवारवाड्याप्रमाणे जे एक-दोन बुरुज उभे आहेत, त्यातून लडिवाळपणे हात फिरवावा. मग तिने तिच्या मोकळ्या सोडलेल्या केसांनी, माझ्या अंगावर सडा टाकावा. मला गुदगुल्या करीत, चेष्टामस्करी करीत जाग आणावी. माझ्या शर्टच्या बटणांशी चाळा करीत माझं गुणगान करावं. 'मी तिच्यात लग्नाच्या वेळी काय पाहिलं' असं तिने विचारावं. संसारासाठी मी जीवाची फार लावतोड करतो असं म्हणावं.''
''थोडक्यात म्हणजे तिने सकाळपासून थापा मारायला सुरुवात करावी, असंच ना?''
''ए, डोण्ट डिस्टर्ब हिम.''
''मी हल्ली फार रोडावलो असं तिने म्हणावं आणि मग दोन-चार अक्षता टाकून उठावं.''
''अक्षता म्हणजे?''
''अक्षता म्हणजे चुंबन.''
''अक्षता हे नाव कसं काय सुचलं?''
''पूजेत, धर्मकार्यात हवी असलेली वस्तू नसली की अक्षतांवर भागवतात. तसंच रोमान्सच्या बाबतीत काही नसलं तर कमीत कमी...''
''अक्षताम् समर्पयामि!''
''करेक्ट! तर अक्षता टाकून तिने उठावं. मग चहापान. चहा संपल्यावर दाढी करून झाल्यावर दाढी गुळगुळीत झाली आहे की नाही हे पाहण्यासाठी...''
मध्येच कुणीतरी म्हणतं,
''अक्षताम् समर्पयामि!''
''मग माझं पेपरवाचन. पेपर वाचताना तिने पेपरची मधलीच पानं पळवू नयेत. कामावर जाताना तिने निरोप द्यायला दारापर्यंत यावं आणि महेशच्या हालचालीचा अंदाज घेऊन.''
''अक्षता! पुढे?''
''संध्याकाळी मी कामावरून येईन तेव्हा गॅलरीत उभं असावं. माझ्या वियोगाने

तिचा चेहरा मलूल...''

''म्लान म्हण.''

''दोन ग्लास बिअर झाल्यावर जोडाक्षरं येत नाहीत. कारण 'म'ला 'ल' की 'ल'ला 'म'...''

''आगे बढो!''

''तर चेहरा मलूल झालेला असेल. गालिबच्या शायरीतील सुंदरीप्रमाणे तिने केस मोकळे सोडलेले असावेत. मी दिसताच तिचे गाल...''

''आरक्त व्हावेत.''

''पुन्हा जोडाक्षर! चूप रे!''

''तिचे गाल गुलाबासारखे व्हावेत. तिने धावत धावत येऊन दार उघडावं आणि...''

''अक्षता! पुढे?''

''तिच्या पदराने तिने माझं तोंड पुसावं. घटकाभर तिच्या मांडीवर पडून मी तिला दिवसभराच्या हकिगती सांगाव्यात. मग रात्री जेवण संपल्यावर मी महेशला झोपवेपर्यंत सगळी आवराआवर करावी. महेशला झोप लागल्यावर मी काहीतरी वाचन करीन. तोपर्यंत तिने आंघोळ करावी. फ्रेश व्हावं. केस मोकळेच सोडावेत. आणि परीकथेतल्या परीच्या अंगावर जसा एक तलम, झिरझिरीत गाऊन असतो तसा घालावा आणि मग– मग...''

''अक्षताच अक्षता!''

''हट् लेका—रात्री नुसत्या अक्षता का म्हणून? षोडशोपचारे पूजा...''

अरुण म्हणतो, ''अगदी करेक्ट! त्यानंतर एखाद्या सुट्टीच्या दिवशी बायकोने रुसावं आणि एकदम एकत्र आंघोळ करायचा हट्ट धरावा, तर एखाद्या दिवशी...''

पण अरुणचं वाक्य पुरं होत नाही. पार्टीतला एक कुणीतरी एकाएकी हुंदका देतो.

''का बाबा, तुला काय झालं?''

''ह्या अरुणच्या अपेक्षा ऐकून माझ्या बालमनावर वाईट परिणाम होतोय.''

''मग तोपर्यंत तू आणखी बिअर घे.''

''तरी माझ्या मनाला ते लागून राहील.''

''का?''

''आपल्यापैकी कुणाच्याही घरी असं कधी घडेल? बायका इतक्या समरसून, कायम तरुण राहतील का?''

''अरे, म्हणूनच अरुणचा कल्पनाविलास वारंवार ऐकायचा.''

''नको, नको!''

"अरे पण का?"

"मघाशी सांगितलं मी. अरुण सांगतो त्यातल्या पन्नास टक्के गमतीसुद्धा कधी घडणार नाहीत."

तेवढ्यात कुणीतरी म्हणालं, "त्यालाही कारणं आहेत."

"कसली कारणं?"

"हल्ली बायका फारशा माहेरी जात नाहीत. कायम घराला चिकटलेल्या असतात. म्हणून नवऱ्याच्या सहवासाची खास नवलाई उरत नाही. आता अरुणनेच सांगावं, त्याचं लग्न झाल्यापासून मायावहिनी किती वेळा गावी गेल्या?"

"एकदाही नाही."

"मग अरुणभाई, चार दिवस का होईना पण बायकोपासून लांब राहा आणि मग काय चमत्कार घडतो पाहा."

"ठीक आहे! पुढच्याच महिन्यात तिच्या भाच्याची बार्शीला मुंज आहे. पंधरा दिवस तिला बार्शीला पाठवून देतो. बायकोला सोडत नाही म्हणून तिचे नातेवाईक सारखे कोकलत असतात. त्यांची तोंडं पण गप्प होतील."

"पंधरा दिवस काय करशील?"

"उपोषण!"

'मायाला मुंजीसाठी पाठवत आहे आणि ती तिकडे आली की तिला चांगली पंधरा दिवस ठेवून घ्या' अशा आशयाचं पत्र अरुणने पाठवलं. मेव्हणीचं उलट पत्र आलं. 'तुमच्या हातून हे धाडस होणं शक्य नाही. गुळाच्या ढेपेला चिकटलेला मुंगळा एक वेळ दूर होईल, पण भावजी तुम्ही... वगैरे, वगैरे.'

अरुणने पुन्हा जिद्दीने लिहिलं. 'मला मुंगळा म्हणालात त्याचं काही नाही, पण स्वतःच्याच बहिणीला ढेप म्हणायचं तुम्हाला कारण नव्हतं. असो! मुंजीच्या दोन दिवस आधी मायाला संध्याकाळच्या गाडीला बसवून देतो. कुर्डुवाडीला ढेप उतरवून घेण्याची व्यवस्था करावी. महेशची सोय मी माझ्या बहिणीच्या घरी करत आहे. म्हणजे प्रवासात त्याचे हाल नकोत आणि त्याची शाळाही बुडायला नको.'

संध्याकाळच्या गाडीला मायाला बसवून देऊन अरुण घरी परत आला. पंधरा दिवसात काय काय कामं उरकायची होती ह्याची मायाने एक, एक म्हणता लांबलचक यादी दिली होती. फळीवरचे डबे, रोज तीन-तीन असे घासून घेण्यापासून चादरी-अभ्रे धुण्यापर्यंत अनेक गोष्टी उरकायच्या होत्या.

तरीसुद्धा, पहिल्या रात्री काहीच करायचं नाही असं त्याने ठरवून टाकलं. रात्रीचं

जेवण मायाने सकाळीच करून ठेवलं होतं. महेश त्याच्या आत्याकडे उड्या मारत राहायला गेला होता. अरुण त्या क्षणी राजा होता.
जेवण झालं होतं. हातात आवडतं पुस्तक होतं. तंद्री मोडायला कुणी येणार नव्हतं...
अरुणला झोप इतकी गडद लागली की पहाटे दूधवालासुद्धा नेहमीपेक्षा लवकर आला असं अरुणला वाटलं. मायाने व्यक्त केलेल्या अनेक काळज्यांपैकी एक काळजी, सकाळी दूधवाला बेल वाजवेल तेव्हा जाग येईल ना?– ही होती. जाग आली ह्याचंच कौतुक करीत हातात पातेलं घेऊन त्याने दार उघडलं.
आणि–
कोलमडून पडण्याची अरुणवर पाळी आली. तो चक्रावला. पुरता मॅड झाला.
'मी दमलेय, मला आत येऊ दे' असं मायाने सांगितल्यावर तो भानावर आला. त्याने तिच्या हातातली, तिला न पेलवणारी बॅग घेतली. तिला अगोदर बसायला दिलं.
"काय प्रकार आहे?"
"सगळं सांगते. मला अगोदर चहा करून द्या."
"थोडा दम धरलास तर ताज्या दुधाचा मिळेल."
"तेव्हा दुसऱ्यांदा घेईन. माझी ताकदच गेली आहे."
"दोन मिनिटांत करतो."
"आता सांग!"
"तुम्ही गाडीवर बसवून दिलंत. गाडी सुटली ती वाटेत मुलुंडलाच पस्तीस मिनिटं उभी राह्यली. तिथून एकदाची सुटली ती पुन्हा डोंबिवली-कल्याणच्या मध्ये दीड तास उभी. भयानक कंटाळा आला. उभी का, हे कळायला मार्ग नाही. कुणी काही, कुणी काही सांगतंय. मोटरमनला हार्ट ॲटॅक आला इथपासून कल्याण स्टेशनात आग लागली इथपर्यंत वाटेल त्या वावड्या. काय करावं सुचेनाच. पुरुषांचं बरं असतं. माकडासारख्या उड्या मारून कसंही जाता येतं. त्यात बायकांचा डबा. महाभयानक कलकलाट काय करतात, पोरं काय रडतात. घाण करतात, पाणी सांडतात. खरंच, आपला देश कधीच सुधारणार नाही का हो?" अरुण म्हणाला, "उद्या राष्ट्रपतींना विचारून सांगतो. पुढे काय झालं सांग."
"नंतर मग अगदी मुंगीच्या पावलांनी गाडी कशी तरी कल्याणपर्यंत आली. तिथं एक तास थांबली. मग लाऊडस्पीकरच्या घोषणा. कुठंतरी मेली मालगाडी कोलमडली होती."

''बरं मग?''
''मग काय? प्लॅटफॉर्मवर बसून राह्यले. एक-दोघी ओळखीच्या निघाल्या. पहिल्या लोकलने आम्ही तिघी परत आलो. त्या दोघींनी टॅक्सीने थेट घरापर्यंत सोडलं. पैसेसुद्धा घेतले नाहीत.''
मायाकडे पाहत अरुण म्हणाला, ''प्रत्यक्ष समोर आहेस, तरी विश्वास बसत नाही.''
सकाळच्या पेपरने फोटोसहित अपघाताची माहिती आणि किती गाड्या कुठे अडकून पडल्या ह्याबद्दलचं वर्णन दिलं होतं. रेल्वे वाहतूक पूर्ववत् कधी सुरू होईल ह्याचा मात्र अंदाज दिला नव्हता.
अपघाताची चौकशी करण्यासाठी ताबडतोब एक कमिटी पण नेमण्यात आली होती. दोन महिने चौकशी करून ती कमिटी, आज जे छापून आलं तेच पुन्हा सांगणार होती, 'सदरहू मालगाडी रुळावरून घसरल्याने पडली होती.'
ताज्या दुधाचा दुसरा चहा झाल्यावर अरुण म्हणाला,
''मी जातो आणि महेशला घेऊन येतो.''
''कशाला? गाड्या पूर्ववत् सुरू झाल्या म्हणजे मी बार्शीला जाईन ना!''
''तुझी मुंज तर हुकलीच.''
''नुसती भेटून येईन सगळ्यांना.''
''तोपर्यंत महेश...''
''वन्संच्या घरीच राहू दे, आपण जरा एन्जॉय करू.''
अरुण अवाक् होऊन बघत राह्यला.

त्यानंतरच्या तीन दिवसांत मायाने आणि अरुणने न भूतो न भविष्यति अशी मौजमजा केली. तीन दिवस चि. अरुण वर्टी कामावर गेला नाही. मायाने आणि अरुणने स्वर्ग पृथ्वीवर आणला. हिंदी चित्रपटसृष्टीतल्या नीतूसिंग-चिंटूने शृंगाराचे धडे घ्यावेत, असे तीन दिवस गाजवले.
तृप्ती ह्या शब्दाचा अर्थ अरुणला प्रथम समजला. बिअर क्लबमध्ये त्याने ज्या ज्या सुखाच्या कल्पना वारंवार व्यक्त केल्या होत्या त्या सगळ्या कल्पना मायाने प्रत्यक्षात उतरवून दाखवल्या. इतकंच नव्हे तर तिने अरुणच्या बिअर पार्टीतसुद्धा भाग घ्यायचं ठरवलं.
तिची फक्त एकच अट होती की, प्रत्येकाने आपापल्या फॅमिलीला आणायला हवं. ती पार्टी काही वेगळीच ठरली.
तिला 'चिअर्स!' ह्या पहिल्या आरोळीपासूनच आगळा रंग चढला.

माया अरुणपेक्षा ‘उस्से भी जादा’ ठरली. त्या दिवशी ती विलक्षण चांगली दिसत होती. अरुणचा शब्दच नव्हे तर प्रत्येक हुंकार झेलणाऱ्या मायाने बिनबाह्यांचा ब्लाऊज घातला होता. शेवटी कुणाला तरी एकाला न राहवून तो म्हणाला,
“वहिनी, तुम्ही आज एखाद्या परीसारख्या दिसत आहात.”
लगेच कुणीतरी दुसरा म्हणाला, “आपण सौंदर्याचा संदर्भ नेहमी परीच्या जवळ का नेऊन ठेवतो?”
“ह्याचं कारण पऱ्या नुसत्या देखण्या असतात म्हणून नाही तर त्या कनवाळू असतात.”
“कनवाळू म्हणजे...”
“ऊद ं ा नैब ंत्ल्हू, त्या आपल्याला वश होतात. म्हणून त्या पऱ्या!”
“एकदम बरोबर! नाही तर जगात पऱ्यांनाही मागे टाकतील अशा बायका कमी आहेत का?”
आणखी एकाने पूर्णविराम करत म्हटलं, “थोडक्यात म्हणजे की आपल्याला वश होते ती स्त्री आपल्याला परीसारखी वाटते.”
“वहिनी, तुमचा पऱ्यांवर विश्वास आहे का हो?”
माया म्हणाली, “यक्ष, गंधर्व, किन्नर, पऱ्या ह्या सगळ्या गोष्टी शंभर टक्के खऱ्या आहेत.”
“जाऊ दे रे! आपल्याला तो विषय कशाला हवा? पऱ्या जरी खऱ्या असल्या तरी त्या आपल्या वाट्याला येणार नाहीत. पऱ्यांचं नातं असतं एक तर राजपुत्रांशी नाही तर लहान मुलांशी. आपल्याकडे त्या कशाला येतील? आपल्याच बायकोला परी म्हणावं आणि–”
“अक्षताम् समर्पयामि...”

चौथ्या दिवशी गाड्या नेहमीसारख्या सुरळीत झाल्याची बातमी आणि मायाच्या बहिणीचं पत्रही आलं. मायाच्या बहिणीने संपूर्ण उपरोधिक पवित्र्यात पत्र लिहिलं होतं–
‘प्रिय भावजी,
मायाला मुंजीला पाठवतो असं तुम्ही कळवलंत तरी आम्ही त्याच्यावर विश्वास ठेवला नव्हता. तिला समोर प्रत्यक्ष पाहूनही, नजरेवर विश्वास बसेना. तुम्हाला बायकोला एक क्षणभर सोडायला नको आणि तेच आयुष्य अंगवळणी पडल्यामुळे मायालाही उंबरा सोडणं नको. तरी ती आली. गाड्यांचा गोंधळ झाला तरी कल्याणला

आठ तास थांबली. चिकाटीने तिने मिळेल ती गाडी पकडली आणि कुणाच्या ना कुणाच्या सोबतीने ती इथपर्यंत आली. तुमचे आणि तिचे किती आभार मानू?

मुंज व्यवस्थित झाली. एक आनंदाची बातमी– तुम्ही जरी मायाला पंधरा दिवसांची रजा सँक्शन केली असली तरी तिचा जीव इथं रमत नाही. ती केव्हाही मुंबईला येईल...'

पत्र वाचल्याबरोबर अरुण मायाला म्हणाला, "तुझ्या बहिणीने किती खवचटपणाने पत्र लिहिलं आहे पाहिलंस?"

माया म्हणाली, "तुम्ही मुळीच चिंता करू नका. मी बार्शीला गेले की तिची समजूत घालीन."

ठरलेल्या दिवशी अरुण पुन्हा मायाला स्टेशनवर सोडून आला. स्टेशनवर सोडण्यासाठी अरुण मुद्दाम महेशला घेऊन गेला. त्यानंतर महेशला त्याच्या आत्याकडे जायचा कंटाळा आला. यक्षिणीची कांडी फिरावी त्याप्रमाणे माया अरुणशी चार दिवस झपाटल्यासारखी वागली होती. असले बेधुंद क्षण अरुणने लग्न झाल्याबरोबर चार-पाच महिनेच लुटले होते आणि महेशच्या जन्मानंतर तर सगळीच लज्जत ओसरली होती. पण गेल्या चार-पाच दिवसांत, विवाहानंतरचे ते सोनेरी, सुगंधी दिवस पुन्हा उगवले होते. आता मायाशिवाय घर खायला उठणार होतं. म्हणूनच महेश सोबतीला हवा होता. मायाने ही अशी एकाएकी कात टाकली तरी कशी? ह्याचा विचार करीत, चार दिवसांतले उत्कट क्षण आठवीत अरुण झोपी गेला.

नेहमीच्या वेळी दूधवाल्याने बेल वाजवली. पातेलं घेऊन अरुणने दार उघडलं. पाहतो तो दारात पुन्हा माया.

हा प्रकार तरी काय आहे, हे त्याला कळेचना. अरुणची अवस्था पाहून मायाही गोंधळून गेली. स्वागत करण्याऐवजी नवरा 'पिशाच्च' दिसावं असा का उभा?

"बघताय काय असे बावळटासारखे?"

ही खरी माया!

अरुण बाजूला झाला.

"मी काही कायमची गेले नव्हते"– असं म्हणत माया आत आली.

दार लावून घेत अरुण आत आला. झोपलेल्या मुलाचा पापा घ्यायचा नसतो हे विसरून माया महेशचा पापा घेत होती.

महेशला तेवढ्याने जाग येणं स्वाभाविक होतं. तो उठून बसला.

त्यालाही अरुणसारखाच धक्का बसला.

“आई, तू एवढ्यात कशी परत आलीस?”

“एवढ्यात म्हणजे? बहीण झाली म्हणून काय झालं? तुम्हाला दोघांना इथं टाकून मी तिकडे मजा करीत राहू काय? आठ दिवस रजा पुष्कळ झाली.”

“आई, तू काय बोलतेस तरी काय?”

“मलाच कळत नाहीये तुम्ही दोघं माझ्याकडे असे का बघत आहात ते! मी यायला नको होतं का?”

“कमाल झाली!”

“मग तुमचे चेहरे असे का?”

अरुणने त्याची हकिकत इथंच सोडून दिली. मी त्याची मानगूट पकडली.

“अरे बाबा, मान सोड! फटकन् मरून जाईन. सोड सोड! माझ्या एकुलत्या बायकोला विधवा करू नकोस.”

“मग कथा पुरी कर– खरा प्रकार काय ते सांग. थापा मारायच्या नाहीत.”

अरुण म्हणाला, “खरा प्रकार काय असेल ते सांगता येत नाही. ‘तुमचे चेहरे असे का?’– असं मायाने विचारल्यावर मी तिला काहीच बोललो नाही. स्वतःच्या तोंडावर पाणी मारून, आपण शुद्धीवर असल्याची खात्री करून घ्यायची म्हणून मी बाथरूममध्ये पळालो. आणि राजा, चक्क बाथरूममध्ये मांडी घालून बसलो.”

“का?”

“अमेरिकेतही घडणार नाही असा प्रकार म्हणालो ते काय उगीच?”

“नीट सांग ना साल्या!”

“अरे राजा, बाथरूममध्ये दोन मोठाले पंख पडलेले होते. चित्रातल्या परीला दाखवतात तसे पंख! आता बोल?”

अरुणचे खांदे निखळेपर्यंत घुसळत मी म्हणालो, “भाग्यवान आहेस लेका. साक्षात् परीच्या सहवासात तू पाच-सहा दिवस होतास...”

माझे हात झटकून टाकत अरुणने कपाळावर हात मारून घेतला आणि तो म्हणाला, “भाग्यवान? दुर्दैवी म्हण.”

“का?”

“स्वर्गातली परी प्रसन्न झाली हे खरं. एखाद्या राजपुत्राच्या घरी न जाता, इनवर्ड-आऊटवर्ड करणाऱ्या माझ्यासारख्याच्या घरात आली, पण डिट्टो माझ्या बायकोचंच रूप घेऊन आली– काय फायदा?”

◆

एक मोती चिमणीचा

एका चिमणीला एक मोत्याचा दाणा सापडला. म्हणजे प्रथम तिला तो दाणाच वाटला. नीट चावला जाईना तेव्हा ती मनाशी म्हणाली,
''हा काहीतरी निराळा प्रकार दिसतोय.''
हा चावता न येणारा प्रकार पुन्हा ड्रेसिंग टेबलावर ठेवावा का, असा विचार करीत असतानाच सौ. पटवर्धन खोलीत आल्या.
''ह्या चिमण्यांनी हैदोस घातलाय'' असं म्हणत त्या अचानक आल्या.
''चला ग मेल्यांनो,'' असं म्हणत त्या चिमणीच्या अंगावर धावल्या. चोचीतल्या दाण्यासकट चिमणी कपड्याच्या तारेवर बसली.
पटवर्धनबाई पुन्हा किंचाळल्या,
''तू माझी धुतलेली साडी खराब करच, मग सांगते तुला काय ते. शिरीष आला की, एअरगन काढून ठेव म्हणून बजावतेच त्याला.''
चिमणी म्हणाली,
''काय कृतघ्न आहेस ग मावशे! तुझा शिरीष एवढास्सा होता तेव्हा त्याला भरवताना, घासा-घासागणिक मलाच सारखी हाका मारीत होतीस ना? आता त्याच शिरीषला मला गोळी घालायला सांगतेस काय?''
पण चिमणीच्या बोलण्याकडे लक्ष द्यायला पटवर्धनबाईंना सवड नव्हती. गळ्यातील नवीन केलेली मोत्याची माळ हातानं सारखी करीत त्या आरशासमोर उभ्या होत्या. स्वत:च्या प्रतिबिंबाकडे बघत त्या म्हणाल्या,
''माळ तर मस्त झाली. आता त्याला मॅचिंग मोत्याची अंगठी केली की झालं. मोत्याच्या बांगड्या-कुड्या आहेतच, अंगठी केली की 'सेट' तयार झाला.''
एवढं बोलून त्या खाली वाकल्या आणि एकदम किंचाळल्या,
''हे काय, इथला मोती काय झाला?''
आपल्या चोचीत आपण पकडलेला साक्षात मोती आहे हे चिमणीला समजताच, ती न हाकलता उडून गेली.
''तू आज आपल्या घरट्यात काय आणलं आहेस?'' पंख साफ करता करता

चिमण्यानं विचारलं.

"त्याला मोती म्हणतात." चिमणी म्हणाली.

"त्याचा काय उपयोग?"

"त्याचं मी माझ्यासाठी लॉकेट करणार आहे."

"कशाला?"

"गळ्यात घालायला."

"म्हणजे काय होतं?"

चिमण्याच्या या तटस्थ अरसिक वृत्तीवर चिमणी चिडली. ती ओरडत म्हणाली, "तुम्हाला काही बायकोचं कौतुक आहे का? काडी-काडी जमवून मी घर उभं करते, त्यात तुमची काडीची मदत नाही. इकडची काडी तिकडे करायला नको. टोळभैरवांबरोबर आकाशभर उडत बसायचं. कशाची हौस नाही, मौज नाही. आता नाही मला सहन होत. तुमच्या चोचीवर टिच्चून सांगते, मी ह्या मोत्याचं लॉकेट करणार."

चिमणा हादरला. चिमणी प्रथमच एवढी चिडली होती. तिची समजूत घालायलाच हवी होती. नाहीतर तिनं जवळ येऊन दिलं नसतं रात्री. पंख साफ करायचं काम सोडून तो म्हणाला,

"चुकलो बाई चुकलो. इतकी एकदम चिडू नकोस. कळलं?"

चिमणीचा सूर जरा खाली आला. ती म्हणाली,

"तुम्हाला कशाचीच कशी आवड नाही?"

"सगळेच पक्षी सारखे कसे असतील?"

"काही काही गोष्टी इतरांच्यासाठी करायच्या असतात."

"ठीक आहे. काय करू?"

"उद्या माझ्याबरोबर पेठ्यांच्या दुकानात याल?"

"पेठे म्हणजे ते सोने-चांदीवाले?"

"तेच."

"त्यांच्या दुकानात मी पाय ठेवणार नाही."

"का?"

"आपलं घरटं त्यांनी चार वेळा मोडलं होतं."

"आपल्याला घरटं कुणीच बांधू देत नाहीत. एकट्या पेठ्यांवर रागवायचं कशाला? आपलं काम झालं की लगेच निघायचं."

"कसलं काम?"

"त्यांच्याकडे लॉकेट टाकीन म्हणते."

"सकाळी मी उडून जायच्या आत आठवण कर."

चिमणी खूष झाली.
पेठ्यांच्या दुकानात चिमणा-चिमणी वाट पाहून कंटाळली. तासभर त्यांच्याकडे कुणी लक्षच दिलं नाही. चिमणा कंटाळून निघून गेला.
आणि तेवढ्यात पटवर्धनीण पेठ्यांकडे आली. तिनं मोती सापडत नसल्याची वार्ता पेठ्यांना सांगताच चिमणीचं धाबं दणाणलं. ही बया गेल्याशिवाय आपल्याला तोंड उघडता येणार नाही, म्हणून चिमणी हताश होऊन घरी गेली. चिमणा हसत राह्यला.
दुसऱ्या दिवशी सकाळची कामं संपवून पेठ्यांकडे जायचं म्हणून चिमणी मोती शोधू लागली. तर तिला मोती कुठेच सापडेना.
चिमण्याला काहीच माहीत नव्हतं.
चिमणीनं घरटं उलथंपालथं केलं. मोती सापडेना. हे काम नक्की कावळ्याचं. तिनं चिमण्याजवळ संशय बोलून दाखवला. ताण असह्य होऊन चिमणी रडू लागली.
चिमणा म्हणाला,
"चिमणे, माझं ऐक. मुळातच ही कामं आपल्यासारख्या पक्ष्यांची नव्हेत. पक्ष्यानं जे शोभेल तेच करावं. साधी राहणी ठेवावी. तरी बरं, नुसता मोती गेला. लॉकेट केल्यावर ते गेलं असतं तर किती धक्का बसला असता? आपलं घर हे असं. पिल्लं संभाळताना चोचीत दम येतोय. दागिने कुठे सांभाळायचे?"
चिमणीला कळत होतं. ती म्हणाली,
"मी लॉकेट करणार नाही. पण मला माझी शंका पडताळून पाहायची आहे. मोती फक्त कावळ्याच्या घरात आहे का पाहा, मग माझं काही सांगणं नाही. कावळा घरात नसताना बघून याल?"
चिमणा 'हो' म्हणाला. त्याप्रमाणे जाऊन आला. मोती कावळ्याच्याच घरी होता. मोती परत मिळवून द्यायच्या बाबतीत कावळ्याला विनंती करण्यात जसा अर्थ नव्हता, त्याप्रमाणे चिमणाही काही धडपड करील ह्याची शक्यता नव्हती. ही आघाडी चिमणीनं स्वत:च्या हिमतीवर उघडायची ठरवलं.
ती प्रथम झाडाकडे गेली.
झाड म्हणालं,
"मला आता नवे भाडेकरू मुळीच नको आहेत. जुनेच जागा सोडत नाहीत, म्हणून मी कावलोय. माझा डाव्या फांदीचा एक भाग कधीही कोसळणार आहे. तरी पक्षी जागा सोडीत नाहीत."
चिमणी म्हणाली,
"मी जागेसाठी आले नाही. मला दुसरी मदत करशील का?"

"शक्य असेल तर करीन."

"तू तुझ्या फांद्या जोरजोरात हलवशील का?"

"म्हणजे काय होईल?"

"कावळ्याचं घरटं पडेल."

"तुझा कावळ्यावर राग का?"

"त्यानं माझा मोती पळवला."

झाड गप्प बसलं.

"तू मदत केली नाहीस तर दुसरं कोण करणार?"

झाड म्हणालं,

"तू म्हणतेस ते खोटं नाही; पण माझी परिस्थिती बघ. सोसाट्याचा वारा आला तरी मी मुळापासून हादरतो. स्वतःला सावरायचं कसं हेच मला कळत नाही. मला वाटतं, माझे दिवस आता संपत आले असावेत. तसं असेल तर शेवटी शेवटी कशाला कुणाशी वैर करायचं?"

चिमणी नाइलाजाने परतली. झाड आपलं ऐकत नाही. झाडाला ऐकायला लावील, असा कुणी आहे का?

तेवढ्यात चिमणीला समोरून एक लाकूडतोड्या येताना दिसला. तिनं लाकूडतोड्याकडे धाव घेतली.

"दादा, माझं एक काम करशील का?"

"सांग."

"समोरचं झाड तोडशील का?"

"कशासाठी?"

"तू जर ते तोडायला लागलास तर झाड म्हणेल, 'नक्को, नक्को मला तोडू नको. मी फांद्या हलवतो.' मग कावळा म्हणेल, 'नक्को, नक्को फांद्या हलवू नको. मी मोती परत करतो.' तसं झालं म्हणजे मला माझा मोती परत मिळेल."

लाकूडतोड्या नुसता हसला आणि त्याने बटव्यातून तंबाकू काढायला प्रारंभ केला.

"चिमण्ये, तू लई जंक्शन हायेस."

"म्हणजे काय?"

"झाड तोडाया आजकाल हुकूम लागतोया."

"कुणाचा?"

"जंगलाधिकारी."

"ते कुठं असतात?"

"अश्शी पळ. ह्या मिल्टाला डाकबंगल्यावर हायती. खुशीत हायती. रातच्याला

बाई धरली, बाटली फोडली. जा, जा, सायेब खुशीत हायती. आर्डर आन की घाव घातला पग.''

चिमणी तशी डाकबंगल्याकडे धावली. पण तिला बाहेरच ड्रायव्हरनं हटकलं. चिमणीनं त्या बाहेरच्या माणसाला सगळी हकीगत ऐकवली. तो हसायला लागला.

''काय झालं?''

''चिमणे, साहेबमाणसं अशी फुकट कामं थोडीच करतात?''

चिमणी म्हणाली,

''मलाही कुणाचे तसे उपकार नकोत. तुझ्या साहेबांना मूलबाळ असेल तर मी त्याच्या पाळण्यावर बसून त्यांच्या मुलाला खेळवीन.''

''तू वेडी आहेस.''

''मग काय करू?''

''आमच्या साहेबानं जंगल खात्यात फार अफरातफर केली आहे.''

''म्हणजे कशी?''

''जंगलं वाढवायच्या मोहिमेवर त्याची नेमणूक झाली आहे. त्याला जीप आहे. ड्रायव्हर आहे. डाकबंगल्यात उतरायची सोय होते. भत्ता मिळतो. पण तरीही जंगलं वाढत नाहीत.''

''का?''

''बाई, बाटली पुरवील त्याला झाडं तोडायची परवानगी मिळते.''

''बाई, बाटली म्हणजे काय?''

''ते स्वत:चीच बायको देणाऱ्या लाकूडतोड्याला विचार.''

चिमणीला तेही समजलं नाही. ती म्हणाली,

''मला ते कळत नाही. मी काय करू ते सांग.''

ड्रायव्हर म्हणाला,

''सचिवालयात ओळख काढ.''

''कुणाची ओळख काढू?''

''आता वनमहोत्सव आहे. सचिवालयात सगळीकडे 'झाडं लावा' अशी लाखो रुपये खर्च करून पोस्टर्स लावली आहेत. ठिकठिकाणी मंत्री झाडं लावण्याचे कार्यक्रम करीत आहेत. तू अशा एखाद्या मंत्र्याला प्रत्यक्ष झाड लावत असतानाच गाठ. फक्त एक काळजी घ्यायची.''

''कोणती?''

''त्यांचा फोटो काढत असताना मधे जायचं नाही.''

''पण मंत्र्यांना भेटून मी काय करू?''

ड्रायव्हर म्हणाला,
''आमच्या साहेबाचे उपद्व्याप सचिवालयापर्यंत पोहोचले आहेत. त्यांची बदली केव्हाही होईल. म्हणून त्यांची बदली करू नका, असा हुकूम तू मंत्रिमहाशयांकडून आण. मग साहेब झाड तोडायचा हुकूम देतील. तुझा मोती तुला परत मिळेल.''
चिमणी थकून परत घरट्याकडे आली. वाटेत तिला तो लाकूडतोड्या भेटला. त्याने एक भलं मोठं झाड नुकतंच तोडलं होतं. जरुरीपुरत्या मोळ्याही रचून ठेवल्या होत्या.

ते दृश्य बघत बघत घरट्याकडे परतली. ती खूप दमली होती. घरी आली तर चिमणा नुसता बसलेला होता. चिमणीनं घरात पाऊल ठेवताच विचारलं,
''मी नसताना दुसरी एखादी चिमणी आली होती का?''
चिमण्यानं काही उत्तरच दिलं नाही. चिमणीनं जास्त पिच्छा पुरवला नाही. ती दमली होती. तिला भूक लागली होती. मोती मिळवण्यासाठी काय काय करावं लागेल हे तिला कळलं नव्हतं. आपल्या शक्तीबाहेरचंच एकूण हे प्रकरण आहे, ह्याची तिला जाणीव व्हायला लागली होती. पण ती गप्प बसणार नव्हती. काहीतरी जबरदस्त करावं लागणार आणि ते करायचं.
त्यापूर्वी काहीतरी खायला हवं.
तिनं पुन्हा डुलक्या घेणाऱ्या चिमण्याला विचारलं,
''काही आणलंत का माझ्यासाठी?''
चिमणा म्हणाला, ''आत जाऊन बघ.''
''चला एकदम बसू.''
''मी जेवलो. तुझ्यासाठी चार-पाच अळ्या पानाखाली झाकून ठेवल्या आहेत.''
चिमणी आत गेली.
चिमण्याला नीट झाकपाक पण करता येत नाही. पानांखालून दोन अळ्या बाहेर यायला लागल्या होत्या. चिमण्यानं आठवणीनं काही ना काही खायला आणलं हेच काय कमी झालं. हरकत नाही. मधून मधून पक्षीकी दाखवतो.
चिमणीनं अळ्यांचा फडशा पाडला. अळ्या आणताना आज चिमण्यानं डोकं वापरलं होतं. चिमणीला गेले कितीतरी दिवस तांदळातल्या अळ्यांचा कंटाळा आला होता. त्या अळ्यांनी वजन वाढतं असंही कुणीतरी सांगितलं होतं. आज चिमण्यानं तांदळातल्या अळ्या आणल्या नव्हत्या.
जेवण संपवून ती चिमण्याजवळ आली. एकच डोळा उघडून चिमण्यानं चिमणीचा मूड कसा आहे याचा अंदाज घेतला.
आपल्या धावपळीत चिमण्याला काडीचा रस नाही हे तिला माहीत होतं. तरीही

केव्हातरी त्याची मदत आपल्याला नक्की लागणार.
चिमण्याला त्यासाठी खूष करणं जरुरीचं होतं आणि ते अगदी सोपं होतं. चिमण्यानं जवळ सरकण्याची खूण करताच चिमणी जवळ सरकली. चिमण्यानं विचारलं,
"सकाळपासून कुठे वणावणा उडत होतीस?"
चिमणी गप्प होती.
चिमणा म्हणाला,
"शहाणी असशील तर माझं ऐक. त्या मोत्याची आपल्याला गरज नाही. त्यानं संसार थांबलेला नाही. उगीच इरेला पेटू नकोस. दहा माणसांना भेटूनही कामं व्हायची नाहीत. सचिवालयात तर मुळीच जाऊ नकोस. तिथे कुणीही ठिकाणावर नाही."
"का?"
"दिल्लीत काहीतरी गडबड चालली आहे. तिकडे सगळे पळापळ करीत आहेत."
"आपल्याला काही उपयोग होईल का विचारावं."
"तू अगदी खुळ्यासारखं बोलतेस."
"का?"
"आपण केवढेस्से!"
"असं म्हणू नये. सेतू बांधायला श्रीरामचंद्रांनी सुरुवात केली तेव्हा एवढ्याशा खारीने पण मदत केली होती, माहीत आहे?"
चिमणा म्हणाला,
"तो काळच निराळा होता. परिटासारख्या सामान्य नागरिकानं आळ घेतला, तोही खोटा, तर राजानं अकारण पत्नीचा त्याग केला आणि सध्या अफरातफर, फितुरी, स्वार्थ ह्याबद्दल सगळा देश कोलाहल करत असताना मंत्री, पुढारी खुर्च्यांना चिकटून आहेत."
चिमणी बघत राह्यली.
ऐदी, कामचुकार, डुलक्या घेत बसणाऱ्या चिमण्याला हे सगळं कसं समजतं हे तिला कळेना. चिमणा म्हणाला,
"म्हणूनच म्हणतो, कावळ्यांचंच राज्य आहे. त्यात कावळ्यांच्या विरुद्ध तुझी फिर्याद कोण ऐकणार? किरकोळ पक्ष्यांना इथं किंमत नाही. पक्ष्यांच्या अंगात दुसऱ्यावर प्रचंड उपकार करता येतील अशी ताकद पाह्यजे किंवा जबरदस्त उपद्रव देता येईल अशी एखादी शक्ती पाह्यजे. ह्या दोन्हीपैकी एक गोष्ट ज्या पक्ष्यांकडे आहे, त्याचीच कामं होतील."

मंत्र्यांनी रोपटं लावल्याबरोबर चिमणी तिथं जाऊन बसली. कुणीतरी विनोद केला,
"पाह्यलंत, रोप लावल्याबरोबर त्याला फळ यायच्या आत पक्षी हजर. पक्षी काय
आणि पक्ष काय..."

चिमणीनं त्याच माणसाला 'दादा' म्हणून हाक मारली. तो गृहस्थ थबकला.

"दादा, हे मंत्रीदादा माझं काम करतील का?"

दादा म्हणाला,

"ते कुणाचंही काम करतात; त्यांना फक्त एक 'वॅट सिक्स्टीनाइन'ची बाटली
दे."

"कुठं मिळते?"

दादांनी एका व्यापाऱ्याचं नाव सांगितलं.

चिमणी पेढीवर गेली तेव्हा व्यापारी कामाला गेला होता. मुनीमजींनी विचारलं,
"चिऊताई, इकडे कुठे?"

चिमणीनं विचारलं, "आपण कोण?"

"मी चिमणशेटचा मुनीम. चिमणशेटची सगळी कामं मीच बघतो."

"मुनीमदादा, माझं एक काम कराल का?"

"सांग."

"मला एक वॅट सिक्स्टीनाइनची बाटली देशील का?"

नाकावर घसरलेला चष्मा डोळ्यांवर सरकवीत मुनीमजींनी विचारलं,
"तू मंत्रिमहाशयांकडून–"

"त्यांच्याकडूनच आले मी."

"आता तुला पाठवलं का?"

"होय."

"कमाल आहे. एकदा एखाद्या माणसाकडून मिळतं असं समजलं की हात धुऊन
माणसं त्याच्याच मागे लागतात."

"ती कसली बाटली असते?"

"त्यात उंची दारू असते. ती साहेबाच्या गावात मिळते. मंत्रीसाहेबांनी विमानतळावर
खास सूचना देऊन ठेवल्या आहेत. तिकडून त्या बाटल्या साहेबांकडे येतात.
पण त्यातल्या निम्म्या मंत्रिमहाशयच पळवतात. आता एक सांग, तू का आलीस
तेवढ्यासाठी?"

चिमणी म्हणाली,

"मंत्र्यांना बाटली मिळाली की ते फॉरेस्ट ऑफिसरची बदली करणार नाहीत.
त्यांची बदली झाली नाही म्हणजे ते लाकूडतोड्याला झाडं तोडायला सांगतील.
लाकूडतोड्या झाड तोडायला लागला की झाड म्हणेल, 'नक्को, नक्को, मी

फांद्या हलवतो!’ मग कावळा म्हणेल, ‘नक्को, नक्को, मी मोती परत देतो.’ मग मला माझा मोती परत मिळेल.’’

मुनीम म्हणाला,

‘‘शेटजी इथून पुढे एकही बाटली मंत्र्यांना देणार नाहीत. ते आता कुणालाही घाबरत नाहीत.’’

‘‘मग मी काय करू?’’

‘‘एक गुपित सांगतो. शेटजी तसे कुणाला घाबरत नाहीत. पण ते शेटाणीला टरकतात. तू शेटाणीला शेटजींच्यावर रुसायला सांग; म्हणजे तुला बाटली मिळेल.’’

मुनिमजींना ‘थँक्स’ म्हणत चिमणीनं शेटाणीकडे मोर्चा वळवला.

‘‘तू शेटजींच्यावर रुसशील का?’’

चिमणीची सगळी हकीगत ऐकून शेटाणी म्हणाली,

‘‘मी शेटजींच्यावर रुसायला तयार आहे. पण त्यापूर्वी तू तबस्सुमला माझी टेलिव्हिजनवर मुलाखत घ्यायला लावशील का? मी रामायण सिनेमात शूर्पणखेचं काम केलं होतं.’’

रात्री चिमणा म्हणाला,

‘‘तू अजून माझं ऐक. एका मोत्यासाठी एवढा आटापिटा करू नकोस. त्यापेक्षा थोडं संसाराकडे लक्ष ठेव. पेडर रोडवरच्या पटेलांच्या घरातल्या अंड्याकडे एकदा जाऊन ये. आंग्रेवाडीतल्या थिट्यांच्या घरातली पिल्लं आता उडायला लागतील. त्यांना आता शिकवायला लागलं पाह्यजे.’’

‘‘ते मी सगळं करीन. पण ही माणसं अशी का?’’

‘‘काय झालं?’’

‘‘ही अशी का वागतात?’’

‘‘ते समजणं फार सोपं आहे; पण मी माणसांवर जास्त विचारच करीत नाही.’’

‘‘नका करू. पण माणसांना नक्की काय हवंय?’’

चिमणा पटकन म्हणाला,

‘‘ते माणसांचं माणसांना सांगता येत नाही. तिथं आपलं काय? एक गोष्ट मात्र दिसते की माणसाला त्याच्याजवळ जे आहे ते पुरेसं वाटत नाही. स्वत:जवळ जे आहे त्यातली ताकद त्याला जाणता येत नाही; म्हणून तो दुसऱ्या गोष्टीमागे पळत सुटतो.’’

चिमणी चिमण्याकडे आदराने बघत होती.

ती म्हणाली, ‘‘तुम्हाला हे सगळं कसं समजतं हो?’’

चिमणा म्हणाला,
''जिथं वावरतो, राहतो, तिथं बारकाईनं बघायचं असतं, ऐकायचं असतं. निरनिराळ्या माणसांच्या घरांतून आपण घरटी बांधली. त्या प्रत्येक घराचा मी अभ्यास केला. एका खोलीतल्या संसारापासून, अख्खी इमारत ज्यांच्या मालकीची आहे, असे सगळे संसार आपण पाह्यले. त्या त्या प्रत्येक घरातली माणसं घरात कशी वागत होती, बाहेर कशी वागत हे मी बघत होतो. त्या सगळ्यांच्या गप्पा ऐकत होतो. संपूर्ण समाधान एकाही घरानं दिलं नाही. म्हणून तर एकदा एका ठिकाणी घरटं केल्यावर आपण तिथं दुसऱ्यांदा जात नव्हतो. शंभर ठिकाणी नाचायला लावता म्हणून तू चिडत होतीस–''
''मी चुकले.''
''असं मनापासून वाटत असेल तर त्या मोत्याचा नाद सोडून दे. माणसं जशी एखाद्या क्षुल्लक सुखाच्या मागे पळत सुटतात तसं तू करू नकोस.''
चिमणी गप्प बसली.
चिमणा म्हणाला, ''हे एवढंच फक्त पटत नाही ना?''
चिमणी म्हणाली,
''मी आत्तापर्यंत एवढी धावपळ केली आहे, की आता हे काम अर्ध्यावर सोडणं बरं वाटत नाही.''
चिमणा गप्प बसला.

तबस्सुमने भलतीच अट घातली. ती म्हणाली,
''भारतामध्ये एक आंतरराष्ट्रीय कीर्तीचा चित्रकार आहे. तो नेहमी कलकत्त्याला असतो. त्याचं नाव निखिल चट्टोपाध्याय. तो सध्या मुंबईत आला आहे. ताजमध्ये तो उतरलाय. त्यानं जर माझं पोर्ट्रेट करायचं कबूल केलं तर मी शेटाणीची मुलाखत घेईन.''
ताजमहालमध्ये प्रवेश मिळवताना चिमणीला फार त्रास झाला. तिथल्या सगळ्या खिडक्या बंद होत्या. खिडक्या बंद करून राहणाऱ्या अप्पलपोट्या माणसांचा तिला राग आला. शेवटी संधी साधून दार उघडलं जाताच तिनं दारातून प्रवेश केला. आत शिरल्याबरोबर चिमणीला गार गार वाटलं. बाहेरच्या उन्हाचा, गरम हवेचा, घामाचा इथं मागमूस नव्हता. निखिलची खोली शोधून शोधून चिमणी थकून गेली. प्रत्येक मजल्यावरचे कॉरिडॉर्स हिंडून ती गोंधळून गेली.
चार-पाच तास ती नुसती भटकत होती आणि तेवढ्यात एका खोलीचा दरवाजा उघडला जाताच चिमणी खोलीत घुसली.
समोर चित्रंच चित्रं होती.

निखिलची पांढरी शुभ्र दाढी पाहून चिमणी खूष झाली.
ती सरळ त्याच्यासमोर जाऊन बसली.
"निखिलदादा, माझं एक काम कराल का?"
"बोल."
"तबस्सुमचं पोर्ट्रेट कराल का?"
"कशाला?"
"तुम्ही पोर्ट्रेट केलंत तर शेटाणीची मुलाखत घ्यायला तबस्सुम तयार होईल. मग शेटाणी वॅट सिक्स्टीनाइनची बाटली देईल. मग मंत्री फॉरेस्ट रेंज ऑफिसरची बदली करणार नाही. मग तो ऑफिसर लाकूडतोड्याला झाड तोडायची परवानगी देईल. मग झाड फांद्या हलवील. मग कावळा माझा मोती परत देईल."
निखिल म्हणाले.
"मी तुला नक्की मदत केली असती. पण माझी प्रदर्शनाची तारीख ठरलेली आहे आणि मग लगेच कलकत्त्याला परत जायचं आहे. तुझं काम मीच केलं असतं. तुला कोणतीही अट न घालता, पण काय करू? वेळच कमी आहे."
चिमणी कमालीची चिडली. खोलीभर उडू लागली. रागारागानं तिची पिसंही उडू लागली, पडू लागली. निखिलनं बेल वाजवली.
'ताज'चा वेटर धावत आला.
निखिल त्याला म्हणाले,
"हा काय चावटपणा आहे? एअरकंडिशण्ड हॉटेलात चिमण्या येतात म्हणजे काय? ही बया ह्यापैकी एका जरी पेंटिंगवर बसली तर सत्यानाश होईल."
वेटर आणि निखिल चिमणीला खोलीच्या बाहेर हाकलण्याची पराकाष्ठा करू लागले. पण बाहेर जाण्याचा दरवाजा सापडत नसल्याचं नाटक करीत चिमणी खोलीतल्या खोलीतच फेर धरू लागली.
वेटर म्हणाला,
"साहेब, तुम्ही शांत बसा. मी आणखीन एकाला काठी घेऊन बोलावतो."
वेटर निघून गेला.
निखिल पण थकून बसले.
चिमणी त्यांच्यासमोर आली. धीटपणाने म्हणाली,
"तुम्ही जर तबस्सुमचं पोर्ट्रेट करणार नसाल तर मी जंगलात जाईन, पंचवीस चिमण्यांना आणीन. तुमची सगळी चित्रं खराब करीन."
निखिल पटकन म्हणाले,
"नक्को, नक्को, मी पोर्ट्रेट करतो."

लॉकेटमधला चमकणारा मोती पाहून इतर चिमण्या चकित झाल्या.

"तू कावळ्याकडून मोती मिळवलास कसा?"

चिमणी गंभीर होत म्हणाली,

"आमचे हे म्हणतात ते बरोबर आहे. जगाचा कारभार दोनच शक्तींवर चालतो. माणूस काय किंवा पक्षी काय, सगळ्यांना तेच तत्त्व उपयोगी पडतं."

"कोणतं पण?"

"तुमच्याजवळ एक तर दुसऱ्यावर जबरदस्त उपकार करता येतील अशी ताकद हवी. ती नसेल तर दुसरी शक्ती हवी. ती म्हणजे, तितकाच जबरदस्त उपद्रव देता येईल अशी एखादी गोष्ट हवी. त्याशिवाय तुमची कामं होत नाहीत."

गळ्यातल्या लॉकेटकडे चिमणीनं स्वतःवरच खूष होऊन पाह्यलं.

आता फक्त पटवर्धनीण बाईप्रमाणे बांगड्या आणि कुड्या केलं की झालं!

◆

ऐकावे जनाचे

ह्या सोसायटीत माणसानं कसं वागावं हेच कळत नाही.

हे माणसाचंच असं होतं, असं नाही.

खरं तर, आपल्याला माणसाकडून काय हवंय हे सोसायटीनं तरी कुठं ठरवलंय?

सोसायटी... सॉरी... समाज म्हणायला हवं.

'इंग्रजी हटाव' वगैरेसारख्या खुळचट, राजकारणी दृष्टिकोनातून म्हणत नाही, तर 'सोसायटी' ह्या शब्दामुळे तुम्हाला मर्यादित स्वरूपाची एखादी हाऊसिंग सोसायटी वाटेल म्हणून. मला तशा सोसायटीबद्दल म्हणायचं नाही. समाजाबद्दल बोलायचं आहे.

तर अशा ह्या समाजालासुद्धा माणसाकडून काय हवं आहे? नेमकेपणानं सांगता आलंय का? गाढवावर म्हाताऱ्यानं बसावं की एवढ्याशा मुलानं, हा प्रश्न सोडवता सोडवता म्हाताऱ्याचं गाढवच विकण्यापूर्वी नदीत कसं बुडून मेलं, ही कथा क्रमिक पुस्तकात वाचली होती.

'ऐकावे जनाचे, करावे मनाचे' ह्या तात्पर्यासकट वाचली होती.

तरी आम्ही काही शिकलो का?

काहीही नाही...

मी जेव्हा बारीक होतो, 'अंगकाठी' ह्या जोडशब्दातल्या काठीसारखा होतो तेव्हा प्रत्येकानं म्हणावं,

"राष्ट्रात दुष्काळ असावा असं तुझ्याकडं पाहिल्यावर वाटतं."

त्यानंतर मी बेसुमार जाड झालो.

आता तीच माणसं म्हणतात,

"राष्ट्रातल्या अन्नटंचाईला तूच जबाबदार आहेस असं आता वाटतं."

मी बारीक होतो तेव्हाही चिंतेचा विषय होतो आणि आता तर जास्तच चिंतेचा विषय झालो आहे. अनेकांनी अनेक पर्याय सुचवले.

मी न विचारता.

त्यातल्या काहींना मी म्हणालो,

''आजपर्यंत एखादा माणूस 'जेवून जेवून फुटला' असं ऐकलेलं नाही. तेव्हा तोपर्यंत मी जेवणार.''
त्यावर तो मित्र 'केव्हाही बोलावणं येईल, तेव्हा शक्यतो घरातच राह्यलेलं बरं' असा चेहरा करीत निघून गेला.
मी बारीक झालो नाही तर? ही प्रत्येकाची त्याची वैयक्तिक चिंता वाटायला लागली आणि मग 'फक्त पालेभाज्या खा' इथपासून 'खरं तर दोन महिने काहीच खाऊ नका' इथपर्यंत मी खूपजणांची बोलणी खाल्ली.
खाण्याचा प्रश्न आला की तो मला मानवतोच. त्यानुसार ती खाल्लेली बोलणी पण मला मानवली.
अनेक अनाहूत सल्ल्यांपैकी एक सल्ला त्यातल्या त्यात बरा वाटला.
एकानं सांगितलं, ''वाट्टेल तेवढं खा पण चिक्कार चाला.''
मग फिरायला जायचं ठरवलं.
पण त्यातही शाकाहारी-मांसाहारी असे तट पडले.
जे स्वत: आयुष्यात कधी पहाटे उठले नव्हते त्या सर्वांनी फिरण्यासाठी पहाटेसारखी वेळ नाही असं सांगितलं.
तर जागरणं कशाशी खातात हे ज्यांच्या गावी नाही अशांनी सांगितलं, ''झोपण्यापूर्वी दोन मैल चालून या, मग कशी झोप लागते बघा.''
फिरून आल्याबरोबर झोपायचं असतंच आणि सकाळी उठलं की ब्रेकफास्ट असतोच. शेवटी एक दिवस निवडला.
रात्रीची जेवणं झाली. एरवी जेवण होताच, पुस्तक घेऊन पलंगावर आडवं होणं हा आवडता कार्यक्रम. तो मोह होऊ नये म्हणून जेवणापूर्वी पलंगावर बेदम पसारा करून ठेवला.
कुरूप किंवा अस्ताव्यस्त बाईकडे जसं लक्ष जात नाही तशी पलंगाची अवस्था करून टाकली आणि एका मोहावर विजय मिळवला.
तरीही साद घालणाऱ्या पलंगाकडे विश्वामित्राप्रमाणे हात वर करून मी पाठ फिरवली आणि जिना उतरलो.
वळून पाह्यलं तर अण्णासाहेब! त्यांनी थेट माझ्या पुढ्यातच गाडी उभी केली. दरवाजा उघडला आणि ते म्हणाले,
''या. तळ्याकडेच ना, मी तिकडेच निघालोय.''
''अण्णासाहेब, मी फिरायला निघालोय.''
''गाडी फिरण्यासाठीच असते.''
''मी व्यायाम म्हणून फिरायला जातोय.''
''असं... अहो मग स्टिअरिंगवर तुम्ही बसा. माझ्या गाडीची कंडीशन सध्या एवढी

भयंकर झाली आहे की गाडी चालवणं हा एक प्रचंड व्यायाम झालाय. या–''
''अहो पण...''
''ते सगळं गाडीत बसल्यावर सांगा.''
मी गाडीत बसलो.
''आता बोला, दौरा कुठं?''
''फिरायला.''
''का बरं?''
''रोज दोन मैल चालायला सांगितलंय.''
''कुणी?''
''तसं सगळेच सांगतात. पण मलाही आता वजन कमी करावंसं वाटतंय.''
''वजन कमी करायचं? कशाला? समाजात आपलं वजन वाढावं एवढ्यासाठी माणसं धडपडतात आणि तुम्ही तर– हां, आता वहिनींची काही तक्रार असेल तर–''
''तसं समजा पाह्यजे तर. समाजातल्या एकाच व्यक्तीला जर आपल्या वजनाचा–''
अण्णासाहेब अशा आवाजात हसले की क्षणभर मला मोटारीतूनच वेडावाकडा आवाज येतोय असं वाटलं. मी काही बोलणार तोच ते म्हणाले,
''वजन कमी करा, पोट कमी करा असं जे जे तुम्हाला सांगतात त्यांचं तुम्ही मुळीच ऐकू नका. तुमच्या पोटाचा भार तुम्हीच वाहता ना?''
''ऑफ कोर्स!''
''खाल्लेलं पचतं ना–?''
''व्यवस्थित. खरं तर अण्णासाहेब, माझ्या पोटाची कार्यक्षमता दिवसेंदिवस वाढतेच आहे. मी जेवढं खातो तेवढं पचत जातं.''
''हो ना, मग खाते रहो. ज्यांना जाड होता येत नाही त्यांना बाळसेदार माणसांचा हेवा वाटतो. आता माझं पाहा. माझ्याकडे दोन मोटारी आहेत. माझ्या पोटाचा घेर तुमच्यापेक्षा जास्त आहे. मला सल्ले देणारी माणसं कमी आहेत का? मलाही पाच पाच मैल फिरण्याचा आग्रह होतो. का? तर दोन मोटारी आहेत ना म्हणून. मोटारवाल्याला चालायला लावलं हा आनंद त्यांना हवाय.''
काही वेळ आम्ही गप्प होतो.
मग अण्णासाहेब म्हणाले,
''माणसाचा आपल्या मनावर ताबा हवा. संयम हवा. काय?''
''ही गोष्ट मात्र एकदम बरोबर.''
''आता माझंच पाहा ना. मला पहाटे उठून फिरायला जावंसं वाटत नाही का? खरोखर पाच मैल चालत आलो तर चार घास जास्त नाही का खायला

मिळणार?''

''मग?''

''मग काय, रोज वाटतं, पहाटे उठावं, फिरायला जावं. पण संयम! फिरावंसं वाटतं ना? मग नाही फिरणार! एक वेळ उपास करावा असं वाटतं ना? नाही करणार! ड्रिंक्स सोडाविशी वाटतात ना? मग नाही सोडणार! मनावर असा ताबा हवा.''

मी म्हणालो, ''एक गोष्ट कबूल करतो. आमचा आमच्या मनावर ताबा नाही, म्हणूनच फिरायचा व्यायाम हवा, असं वाटल्याबरोबर आम्ही फिरायला बाहेर पडलो.''

''ठीक आहे. मी तुमच्या मोहाच्या आड येत नाही. मी तुम्हाला तळ्याजवळ सोडतो. समोरच माझा मॅकेनिक आहे. त्याच्याकडून जरा डागडुजी करून घेतो. तोपर्यंत तुमच्या तळ्याला तीन फेऱ्या होतील. तीन फेऱ्या कंप्लीट केल्यात की अडीच मैल होतात. तोपर्यंत गाडीचं काम होईल. तुम्हाला घरी सोडतो की झालं.''

''तीन फेऱ्या केल्या म्हणजे अडीच मैल होतात?''

''होतात ना...''

''तळं एवढं मोठं आहे?''

''ऑफ कोर्स!''

''वाटत नाही तसं.''

''आत्ताच दाखवतो.''

असं म्हणत अण्णासाहेबांनी गाडी उभी केली. स्पीडोमीटरवरचा आकडा बघत ते म्हणाले, ''इथं शेवटचा आकडा दोन आहे. आता पाहा...''

अण्णासाहेबांनी गाडी चालू केली. आम्ही मोटारीतून तीन फेऱ्या मारल्या.

''आता पाहा.''

''खरंच की.''

अण्णासाहेबांनी पुन्हा गाडी सुरू केली.

''मला सोडताय ना?''

''मेकॅनिकच्या दुकानाशी सोडतो.''

मेकॅनिककडे गेलो तर नुकताच तो आमची वाट पाहून गेलेला. तळ्याला फेऱ्या मारत बसलो नसतो तर तो भेटला असता. मला चोरट्यासारखं वाटलं. मी म्हणालो,

''तुमचं काम जास्त नसेल तर तुम्हाला माझा मेकॅनिक दाखवतो.''

''चालेल.''

अण्णासाहेबांनी गाडी वळवून घेत माझ्या मेकॅनिकचं नाव विचारलं. मी ते सांगितलं. ते म्हणाले,

"त्या मेकॅनिकचा लौकिक एवढा चांगला नाही."

मी म्हणालो,

"प्रत्येक मेकॅनिक हरामखोरच असतो, तरीही आपण निवडलेला मेकॅनिक इतरांपेक्षा निराळा आहे असं प्रत्येकाला वाटतं. शेवटी अण्णासाहेब, गाडी लाभण्यापेक्षा मेकॅनिक लाभावा लागतो. मी हा मेकॅनिक धरून ठेवलाय. तो मला फसवतो. दुसराही फसवणारच आहे. पण शंभर माणसांनी फसवत राहण्यापेक्षा एकानं सतत फसवत राहावं. ह्या माणसाला किती वेळा फसवायचं ह्याची लाज वाटून त्याच्यात केव्हातरी बदल होईल."

"ही फिलॉसॉफी अगदीच वाईट नाही."

"त्याशिवाय आणखी एक आशा आहे. आमचा मेकॅनिक हरामखोर आहे. असेल! पण बिलंदर माणसाची पण एक सायकॉलॉजी असते. बिलंदर माणसाला दुसऱ्या बिलंदर माणसाला फसवण्यात जास्त चॅलेंज वाटतो. तो फसवत असूनही मी त्याला सोडत नाही म्हटल्यावर, त्याच्या हिशोबी मी एक मूर्ख, बावळट माणूस ठरेन. मला टोप्या घालण्यात मग त्याला चार्म वाटणार नाही."

अण्णासाहेबांची गाडी आमच्या मेकॅनिकनं अर्ध्या तासात नीट करून दिली. सुमारे पावणेदोन तासानंतर अण्णासाहेबांनी मला घरी सोडलं.

दार उघडताच बायकोनं विचारलं, "किती चाललात?"

तिच्याकडे न बघता मी म्हणालो,

"तळ्याला तीन राऊण्डस."

ती म्हणाली, "तुमचं सगळं असंच असतं. पहिल्या दिवशी एवढं कशाला चालायचं? आज एक फेरी मारायची. रोज थोडं थोडं अंतर वाढवीत न्यायचं."

"मला झोपू दे."

दुसऱ्या दिवशी बाहेर पडलो.

कोपऱ्यावर वळलो तर कानावर हाक. पाह्यलं तर रत्नपारखी.

"तुमचा फोन बिघडलाय?"

"का बरं? कशावरून?"

"पंचवीस मिनिटं झाली ट्राय करतोय."

"मधून मधून फोनच्या अंगात येतं."

"तरी बरं पाऊस तसा जोरात नाही."

"अरे बाबा, मुंबईचे फोन ढग आले तरी बिघडतात."

"चल काहीतरी.''

"काहीतरी नाही. अनुभवाचे बोल आहेत. हल्ली तर मुंबईत पावसाची सरासरी
इंचात मोजतच नाहीत.''

"मग?''

"दहा हजार फोन बिघडले, अकरा लोकल्स कॅन्सल केल्या आणि पाच इमारती
पडल्या की समजायचं, तलाव भरले– बरं फोन सहज ना?''

"अप्पा दिघे फार सिरियस आहेत.''

"अरे... कधीची गोष्ट?''

"आता एवढ्यात मला निरोप मिळाला.''

"हॉस्पिटलमध्ये आहेत का?''

"त्यांच्या घरून फोन आला. ते तुम्हाला फोनवर गाठायचा प्रयत्न करताहेत,
पण...''

"चल मग.''

"बोलवायलाच आलो होतो.''

मी परत फिरलो. खालून हाक मारली. बायको गॅलरीत आली.

"जरा गाडीच्या किल्ल्या टाक.''

"गाडीतून फिरायचा व्यायाम असेल तर मी येते.''

"नको. किल्ल्या टाक फक्त.''

आम्ही अप्पा दिघ्यांकडे निघालो.

"तुमचं फिरणं आजही बोंबललं म्हणायचं.''

"ग्रेट... तुम्हाला कुणी सांगितलं?''

"दुसरं कोण? अण्णासाहेब!''

"काय म्हणाले?''

"तुमच्या मेकॅनिकची तारीफ करत होते.''

"खरं?''

"अतिशय स्विफ्ट आहे म्हणत होते.''

"रिअली?''

"रिअली!''

"आणखीन?''

"तुम्ही वजन कमी करण्याचा वेडेपणा करताय म्हणत होते.''

"कमाल आहे!''

रत्नपारखी म्हणाले, "माझंही तेच मत आहे.''

"काय सांगता काय? तुम्हीही कमाल करताय!''

"त्याचं असं आहे, माणसानं आपला नैसर्गिक कल जिकडे आहे त्याच्या विरुद्ध दिशेनं पोहायचा प्रयत्न करू नये. तुमच्या शरीराची जडणघडण, रचना तुम्ही जन्माबरोबरच घेऊन येता. तुमचं शरीर जर 'सुटणारं' शरीर असेल तर तुम्ही काहीही करा, उपयोग होणार नाही. फिरण्याचा व्यायामही मानवेल. नुसतं पाणी प्यायलात तर त्याचीही रबडी होईल. तेव्हा खा, प्या, मस्त जाड व्हा. एन्जॉय करा."

मी म्हणालो, "मला मुळातच फिरायला जाणं, व्यायाम करणं ह्याचा उत्साह नाही. त्यात तुम्ही माझा तेजोभंग करा."

"मी तुमचं काहीही करत नाही. उलट खाणं-पिणं, मजा करणं ह्या तुमच्या कलंदर वृत्तीला पोषक असंच मी बोलतोय. तुम्हाला काहीही होत नाही. शरीराची टेन्डसीच तशी आहे असं कुणीही विचारलं तर सांगायचं. आता अप्पा दिघे पाहा."

"त्यांचं नवल आहे मात्र."

"नवल म्हणजे! शरीर सुदाम्यासारखं, वर्षों न वर्षं तसंच आहे आणि आहार म्हणाल तर तुमच्या डबल आहे. खरा भाग्यवान आहे."

मी विचारलं, "भाग्यवान म्हणजे?"

"जबरदस्त आहार. सडकून जेवतो पण शरीर सुदाम्यासारखं. ह्याला टेन्डसी म्हणतात."

"पण त्यांना एकाएकी काय झालं?"

"हार्ट ट्रबल म्हणतात."

"अरे, एवढ्या सडपातळ, खुटखुटीत माणसाला हार्टट्रबल!"

"तेच म्हटलं. टू प्लस टू असं माणसाबद्दल गणित मांडण्यात अर्थ नाही. आता मलाही डाएटिंग करा म्हणून सांगतात."

"मग तू काय करतोस?"

"डाएटिंग करा असं डॉक्टरांनी सांगितलं म्हणजे मी डॉक्टर बदलतो."

"यू आर ग्रेट!"

"एकदा तर गंमतच झाली. मी काय काय खावं आणि खाऊ नये, त्याची यादी एका डॉक्टरांनी लिहून दिली. मी त्यांना विचारलं, हे सगळं जेवणाच्या अगोदर खायचं की नंतर? तर म्हणाले, 'ऐवजी'. तेव्हा माणसानं खात राहावं."

अप्पा दिघेच्या घरी पळापळीचं वातावरण होतं.

डॉक्टर इसीजी मशीन घेऊन आले. इसीजी झाला आणि 'ऑलवेल'चा हिरवा कंदील त्या यंत्राने दिला.

अप्पाला फक्त गॅसेस झाले होते.

अप्पा दिघेकडे मसाला दूध पिऊन मी रात्री एक वाजता घरी परतलो. अवेळी घरी आल्यामुळे नंतर झोप येईना. म्हणून पुस्तक वाचायला घेतलं. घेतलेलं पुस्तक वाचून हातावेगळं केलं तेव्हा पहाटेचे पावणेपाच वाजले होते. ती रात्र संपूर्ण जागरणात गेल्याने दुसऱ्या दिवशी जेवणं लवकर आटोपून रात्री आठ वाजताच झोपलो.

नंतर माझी विचार करून वेड्यासारखी अवस्था झाली. मी माझं वजन कमी करणं जरुरीचं आहे की नाही हेच मला कळेना. करणं जरुरीचं आहे असंही वाटायचं आणि तशी काही खास परिस्थिती नाही असंही वाटायचं. फिरायला जाण्याचा उपक्रम तर सुरू केला होता. तो बंद केला तर घरातल्यांना छळायला कुरणच मिळणार होतं.

मग ठरवलं की वेळ बदलावी.

रात्री कुणी सुखानं फिरून देत नाही. आणखीन एक रात्र व्यवस्थित झोप मिळाली.

उजाडल्याबरोबर उठलो. बाहेर पडलो. निग्रहानं तळ्यापर्यंत पोहोचलो आणि एका रिक्षावाल्यानं अडवलं.

"साहेब, जरा हा पत्ता सांगता का?"

'सकाळी, सकाळी कसला पत्ता विचारतोस' असं म्हणत मी त्याच्या हातातला पत्त्याचा कागद घेतला आणि तेवढ्यात रिक्षातून हाक आली.

मी पाह्यलं तर 'वामन्या देवधर.'

"तूऽऽ! रामपाऱ्यात इथं?"

रिक्षातून उतरत वामन्या म्हणाला,

"रामपाऱ्यात कसलं राजा? काल संध्याकाळी गाडी इथं यायची ती अकरा तास लेट झाली."

"मधेच कसा?"

"काकांनी बंगला बांधलाय. त्याची आज वास्तुशांत. काल काकांनी स्टेशनवर गाडी पाठवली असणार. बरं, न्यायला येणार म्हटल्यावर मी पत्ता जास्त डिटेलमध्ये घेतला नाही. अर्धा तास झाला भटकतोय."

"चल, मी दाखवतो."

मी वामनच्या रिक्षात बसलो. रिक्षावाल्याला पत्ता सांगितला.

"तुम्ही सकाळचे कुठे? पेपर वगैरे टाकायला प्रारंभ केला काय?" वामननं

विचारलं.
"मॉर्निंग वॉक!"
"कशासाठी पण?"
"वजन कमी करायचं म्हणून."
डोळे विस्फारून माझ्याकडे पाहत वामन म्हणाला,
"मुंग्यांनी मेरूपर्वत तर गिळला नाही ना? वडवानलानं सातासमुद्राला आग तर लावली नाही ना? सृष्टीची उलथापालथ तर झाली नाही ना? मग आम्हीच का असे कमनशिबी की आमच्या परम मित्राला ही दुर्बुद्धी..."
"वामन्या, चावटपणा बस."
वामन म्हणाला,
"चावटपणा तू करतोयस्. असे बाबा चालण्यासारखा व्यायाम नाही वगैरे सगळं ठीक आहे. पण ते कुणाला? जो पहिल्यापासून करत आलाय त्याला. एकदम आपलं वयाच्या सत्तेचाळिसाव्या वर्षी उठायचं आणि चालत सुटायचं."
"वामन..."
"चालण्यासारखा व्यायाम नाही यात शंका नाही. पण आत्तापर्यंत तू तब्बेत कमावलीस ती खाऊन. चालून नव्हे. तेव्हा हातानं कमावलेलं पायानं गमावू नकोस."
"वामन्या..."
"बरं मॉर्निंग वॉकला जायचं तर एवढ्या पहाटे कशाला? मॉर्निंग वॉकचं वैशिष्ट्य तो संबंध दिवसात केव्हाही घ्यावा."
काकाचं घर येईपर्यंत वामनची मंगलप्रभात चालली होती. त्याने रिक्षावाल्याला पैसे देऊन परत मला माझ्या घरापर्यंत सोडायला सांगितलं.
बायकोनं विचारलं, "आज तळ्याला किती फेऱ्या?"
"गोल गोल फिरायचा कंटाळा येतो. आज नवी कॉलनी झाली आहे तिथपर्यंत गेलो होतो."
पहाटे उठावं लागलं आणि तरीही फिरणं झालं नाही हे डबल नुकसान. पुन्हा रात्र पक्की केली.

बाहेर पडलो तर समोर मोटारसायकलवर अरुण नातू.
"चला..."
पुन्हा फिरायला जातोय, व्यायाम करतोय वगैरे सांगितलं नाही ते अरुणकडून काहीतरी ऐकावं लागेल म्हणून. मुकाट त्याच्या मागे बसलो. अरुण मला सरळ तळ्यावर घेऊन आला.

तिथं एक कुल्फीवाला उभा होता.

अरुण म्हणाला, ''मी इथं रोज येतो ते कुल्फीसाठी. ही कुल्फी खाल्लीत तर पारसी डेअरीच्या कुल्फीला तुम्ही स्पर्श करणार नाही.''

मी इरेला पेटलो.

तीन पिस्ता कुल्फी झाल्यावर अरुणनं आंबा कुल्फी मागवली.

''साहेब, माफ करा. आज आंबा बनवली नाही.''

अरुण म्हणाला, ''हे साहेब फार मोठे आहेत. मुद्दाम तुझ्याकडे आणलं त्याचं काय?''

कानाला हात लावीत कुल्फीवाला म्हणाला, ''उद्या या... ह्याच वक्ताला या... तयार ठिवतो.''

आंबा कुल्फीसाठी नाही तर कुल्फीवाला केवळ माझ्यासाठी आंबा कुल्फी आणणार म्हणून मी बाहेर पडलो. त्याला फार वेळ वाट पाहायला लागू नये ह्या एकमेव सद्हेतूने मी गाडी बाहेर काढली.

मी स्वत: तर आंबा कुल्फी खाल्लीच पण उरलेली घरातल्या मंडळींसाठीसुद्धा बांधून घेतली.

घरातल्या मंडळींनी कुल्फीवर ताव मारला.

कुल्फीमुळे माझा वजन कमी करायचा विचार कुठल्या कुठे दूर पळाला.

जगात खाण्यासारखा दुसरा आनंद नाही. पंचपक्वान्नापासून पाणीपुरी, पाव-भाजीपर्यंत जे निरनिराळे शोध लागत गेले, ते खाणाऱ्या माणसांमुळे. डाएटिंग करणाऱ्यांमुळे नाही.

फिरण्याच्या निमित्ताने बाहेर पडायचं, कोपऱ्यावर अरुण नातूनं मला गाठायचं. मोटारसायकलीवरून तळ्यावर जायचं, कुल्फी खाऊन परत यायचं आणि परत आल्यावर पाय भरून आले म्हणून सकाळी ते रगडून घ्यायचे असा कार्यक्रम सुरू झाला.

चवीची एक नवी दिशा सापडल्यानं मनाला पालवी आणि शरीराला आणखी पौंड फुटले. पण कोणतीही चोरी लपत नाही हेच खरं.

फिरणं मला जास्तच मानवतंय ह्याची इतरांना शंका होतीच. पण त्या मागचं रहस्य कुणाला उलगडलं नव्हतं.

ऑफिसनं घोटाळा केला नसता तर ते रहस्य उघडकीला आलंही नसतं. ऑफिसनं पंधरा दिवसांच्या दौऱ्यावर पाठवलं.

पंधरा दिवसांनी घरी परतलो आणि सोळाव्या दिवशी बघतो तर दारात कुल्फीवाला!

''का वं सायेब, धा-बारा दिस झालं आला नाय ना? तुमची लई वाट पगितली.''

मी त्याला बोंबलू नकोस म्हणून खूण केली. तोपर्यंत घरातील मंडळी बाहेर

आली.
कुल्फीवाला रिकामी भांडी घेऊन परतला.
अण्णासाहेब, रत्नपारखी, अरुण नातू ही सगळी मंडळी माझ्याच घरी जमू लागली.
कुल्फीवाला येत राह्यला.
वरच्या आणि खालच्या मजल्यावरची माणसं पण आलटून पालटून हातात बशा, भांडी घेऊन येऊ लागली.
महिन्या-दोन महिन्यांनंतर मी सहज कुल्फीवाल्याला विचारलं,
"तू राहतोस कुठं रे?"
"नवी वाडी हाय त्येच्या पल्याड."
"बापरे! खूप लांबून येतोस."
"आणि तेही आमच्यासाठी!"
"हा वैनिबाय, वाइच तुमच्यासाठी, वाइच पोटापाण्यासाठी अन् वाइच माज्यासाठी."
"माझ्यासाठी म्हणजे?"
"आता तुम्हास्नी काय सांगावं सायेब... म्या ह्यो धंदा करतो... तळ्यापाशी. एका जागेवर राहून धंदा करत हुतो. माजं वजन लई वाढलं हुतं. पोट तर सायेब तुमच्यावानी झालं हुतं. आता इतपावेतो चालाया लागतं. ब्येस व्यायाम हुतो पगा. आता वाडीतली समदी म्हनत्यात की माझं प्वाट लई कमी झालंया. कारभारीन पन लई मजेत हाय आता. चालन्यापरीस व्यायाम नाय पगा."
बोलता बोलता त्याने कुल्फीची बशी माझ्या हातात दिली.
अण्णासाहेब म्हणाले,
"मूळ तत्त्व अबाधित राहतं. चालतं कोण ह्याला महत्त्व नाही. पण चालण्यानं वजन कमी होतं हे खरं की नाही?"
मला बोलता आलं नाही. तोंडात कुल्फी होती.
आणि नसती तरी मी गप्प बसलो असतो. कारण कुणाचं ऐकायचं हे मला समजलं होतं.

◆

श्रीमंत रघुनाथराव पेशवे

प्रत्येकाने चमकून पाहावं असा प्रकार.

त्याप्रमाणे प्रत्येकजण थांबत होता. पुन: पुन्हा बघत होता.

आता घोडा हा प्राणी, थबकून बघत राहावं असा आहे का? हा काही दुर्मिळ प्राणी आहे का? तरी जाणारा येणारा थांबत होता. पुटपुटत होता.

कारण कुणी कुठे दिसावं ह्याचे काही संकेत आपोआप तयार होतात.

उद्या एखादा भटजी, सोवळ्यासहित गाभाऱ्याऐवजी थिएटरात भेटला तर?– अगदी तसाच प्रकार घोड्याच्या बाबतीत घडला होता. खरं तर 'घोडा' हा प्राणी कुणी पाह्यला नाही, असा माणूस सापडणं अशक्य. आजवर व्हिक्टोरियाला जोडलेले घोडे सगळ्यांनी बघितलेले होते. घोड्यावर त्याहून जास्त माया करणारी माणसं मुद्दाम घोडे पाहायला महालक्ष्मीला नेमानं जातात. इतकंच नव्हे, तर घोडी पुढे दामटायचाही प्रयत्न करतात.

म्हणूनच घोड्यांनी कुठे कुठे दिसायला हरकत नाही, हे ठरल्यासारखं झालं होतं. पण हा एक घोडा वेगळाच.

मेयर आणि कमिशनर ह्यांच्या गाड्या जिथं उभ्या करतात, त्याच्या पलीकडे, कारपार्कमध्ये, एका अष्टकोनी खांबाला हा घोडा बांधलेला होता.

राजेरजवाड्यांच्या पागशाळेत शोभावा, असा घोडा. तुकतुकीत, लखलखीत कांतीचा, करड्या रंगाचा घोडा. अंगावर लालचुटुक रंगाची मखमलीची झूल, त्या मखमली आवरणावर खोगीर. खोगीर आणि पट्टे पॉलिशने लखलखत होते. रिकिबी चमकत होत्या. डोक्यावरचा तुरा आणखीनच शान वाढवून होता. पाहणाऱ्यांची नजरबंदी होत होती; ती दोन कारणांनी. एक त्या घोड्याचा रुबाब पाहून आणि दुसरी गोष्ट म्हणजे घोड्याला प्राणापलीकडे जपणाऱ्या त्या मावळ्याला पाहून.

होय. तो एक मावळा होता. शिवकालीन वा पेशवेकालीन काळातला. तश्शाच पेहरावातला. घोड्याला खरारा करीत तो उभा होता.

घोड्याचा तो डौल, रुबाब पाह्यल्यावर, मेयर आणि कमिशनर ह्यांच्या मोटारीही

केविलवाण्या वाटत होत्या.

अनेक बघ्यांपैकी एकानं विचारलं,

"घोडा कुणाचा?"

कमरेत वाकून मुजरा करीत तो म्हणाला, "श्रीमंतांचा."

"श्रीमंत कोण?"

"ह्याच हपीसात चाकरीला आहेत."

"कोण पण?"

"श्रीमंत रघुनाथ पेशवे."

ह्याच रघुनाथ पेशवे– नव्हे– श्रीमंत रघुनाथ पेशव्यांचं काय करायचं, असा साहेबाला प्रश्न पडला होता. तो हुशार होता हेच त्रासदायक होईल असं वाटत होतं. इंटरव्ह्यू घेतला तेव्हा खरं तर हे कुणाला जाणवलं नव्हतं; कारण प्रश्न विचारणारेच तेव्हा बिथरून गेले होते. एकही प्रश्न त्याने जमिनीवर पडून दिला नव्हता. केवळ इंजिनिअरिंगची त्याला खडा न् खडा माहिती होती असं नाही तर ज्याला जनरल नॉलेज म्हणतात, त्यातही तो बहुश्रुत होता.

इंटरव्ह्यूच्या वेळी, त्याने जगातल्या इतर माणसांचा दाखला न देता, प्रत्येक विषयात स्वतःची भूमिका काय आहे हे आवर्जून सांगितलं होतं.

खोलीत पाऊल टाकताच तो इतर उमेदवारांपेक्षा निराळा आहे, हे पेहरावावरूनच सगळ्यांच्या लक्षात आलं.

तंग सुरवार. पायात चढाव. वर झब्बा आणि त्यावर मखमलीचं जाकिट.

"युवर नेम प्लीज?"

तो म्हणाला, "श्रीमंत रघुनाथ पेशवे."

सुरुवातीला हा चेष्टेचा प्रकार असावा, असं काहींना वाटलं. पण श्रीमंत गंभीर होते. मुलाखत घेणाऱ्या ऑफिसर्सनी एकमेकांकडे पाह्यलं. एकाने हसत विचारलं,

"रघुनाथ पेशवे म्हणजे..."

"थोरल्या बाजीरावांचे घराणे."

"काय सांगता काय?"

"गादीची शपथ!" श्रीमंत गंभीर होत म्हणाले.

कुणीतरी जास्त कुतूहलाने विचारलं, "पेशव्यांपैकी आणखीन कोण कोण आहे?"

"आम्ही एकटेच आहोत. चुलत घराणी बरीच आहेत."

साहित्याबद्दल थोडं प्रेम असलेल्या एका ऑफिसरने विचारलं, "रणजित देसाईंची 'स्वामी' कादंबरी वाचली आहेत?"

"त्यातील पुष्कळसा तपशील आम्हीच देसाईंना पुरवला आहे."

मुलाखत देणारा आणि घेणारा, दोघेही पेशवाईत बुडाले तर बाहेरच्या इतर

उमेदवारांचं, मुलाखत न देता शिरकाण व्हायचं ह्या भीतीने दुसऱ्या ऑफिसरने विचारलं, ''तुमची कॉलेजमधील करियर एवढी ब्राईट असताना तुम्ही म्युनिसिपालिटीत अर्ज का केलात?''

''आमच्या घराण्याची तशी पद्धत आहे.''

''आय हॅव नॉट फॉलोड यू.''

''बलवान राष्ट्राला मदतीची गरज नसते. आमच्या पूर्वजांनी नेहमी गरजू देशांना आपल्या तलवारीचे अभय दिले होते. आता काळ बदलला आहे. युद्धाची रीत पण बदलली आहे. पण महाराज, तत्त्वे तीच अबाधित आहेत.''

'महाराज' ह्या संबोधनाने चमकून सगळ्यांनी एकमेकांकडे पाह्यलं.

श्रीमंत पुढे म्हणाले, ''औद्धत्याची क्षमा असावी. आम्हाला अकरा ठिकाणांहून मानाच्या सुपाऱ्या आल्या होत्या. टेल्कोपासून लार्सन टुब्रोपर्यंत खलिते आले होते. मनात येते तर आम्ही कुणाच्याही सेवेत रुजू झालो असतो. पण...''

''येस् गो अहेड.''

''औद्धत्याची क्षमा असावी.''

'द ला ध' की 'ध ला द' ह्या घोळात न पडता साहेबांनी मान हलवली.

थोरले महाराज म्हणाले, ''तुमचे ज्ञान, तुमची सचोटी, तुमचा प्रामाणिकपणा, तुमचा निर्भीडपणा ह्या सर्व गुणांची आवश्यकता कोणत्याही खाजगी व्यवसायाला नाही. ज्या ज्या कार्यालयांतून ह्या अशा गुणांना ओहोटी लागलेली आहे अशा कोणत्याही ठिकाणी सेवेत रुजू व्हा आणि पेशव्यांची दिगंत कीर्ती सार्थ करा. महापालिकेच्या सेवेत एवढ्याचसाठी आम्ही आलो.''

''पण इथं तुम्हाला प्रॉस्पेक्टस् काहीही नाहीत.''

''स्केलसुद्धा खाजगी कंपन्यांपेक्षा...''

पण त्या ऑफिसरला श्रीमंतांचा आवेश पाहून वाक्य अर्ध्यावर सोडावं लागलं. श्रीमंत म्हणाले, ''थोरल्या बाजीराव महाराजांना निजामाने त्या काळात कितीतरी परगणे देऊ केले होते. पण त्यांचे इमान होते शाहू महाराजांशी. आम्ही त्याच घराण्याचे नाव लावीत आहोत. आम्हास वेतनाचा मोह नाही. आम्हास वेतनाची गरजही नाही, एवढे गजाननाने दिले आहे. गरज पडेल तिथे उडी घ्यायची हे घराण्याने शिकवले. नगरपालिकेत आम्ही आल्याशिवाय, तिला कुणी तारणार नाही, म्हणून आम्ही आलो. सेवा करायची संधी दिलीत तर काहीतरी कार्य करून दाखवू ह्या उमेदीने...''

''ओके, यू कॅन गो.''

तेवढ्यात कुणालातरी हा इंटरव्ह्यू फारच सौम्य झाल्यासारखा वाटला. आपल्या बरोबरीचे अधिकारी उमेदवाराच्या पेहरावामुळे आणि भाषेमुळे गोंधळले आहेत,

असं वाटलं. त्या एकट्याने मग पुस्तकी प्रश्न विचारून श्रीमंतांना सळो की पळो केलं. पण ते सगळे वार श्रीमंतांनी वरच्यावर परतवले. काही निष्पन्न होत नाही म्हटल्यावर प्रश्नांचा भडिमार करणारा म्हणाला, ''इट्स ऑलराइट!''
श्रीमंत केबिनच्या दरवाजापर्यंत आले. खुणेची टाळी वाजवली. त्याबरोबर विणलेल्या रुमालाखाली झाकलेलं एक ताट घेऊन, मावळ्याच्या वेषात एक सेवक हजर झाला.
त्या सेवकाने ते ताट सगळ्या ऑफिसर्सच्यामध्ये ठेवलं. ताटावरचा रुमाल काढून घेतला आणि नम्रपणे कमरेत वाकत, पाठ न दाखवता उलटा चालत तो केबिनच्या बाहेर पडला.
''व्हॉट इज धिस नॉन्सेन्स?''
श्रीमंत म्हणाले, ''ही लक्ष्मी आहे. सरकारस्वारींनी तिचा अवमान करू नये.''
''अहो पण...''
''आमच्या पेशवे घराण्याची ही परंपरा आहे. वडीलधाऱ्या माणसाला आम्ही जेव्हा भेटायला जातो तेव्हा रिक्त हस्ते कधीच जात नाही. थोरल्या महाराजांनी हे अस्सल चांदीचे घडवलेले एक हजार एक रुपये आहेत.''
एवढं बोलून श्रीमंत खाली मान घालून उभे राह्यले आणि तिथं एक फार मोठा पेच निर्माण झाला. त्या सर्वांच्या चेहऱ्याकडे पाहत श्रीमंत म्हणाले, ''आपण फक्त एकदा ह्या तबकाला स्पर्श करावा आणि हे धन, थोरल्या महाराजांच्या नावे मेयर्स फंडात जमा करावे.''
हे खरं तर आपल्याला का सुचू नये, ह्याचा प्रत्येकजण विचार करीत असतानाच श्रीमंत बाहेर पडले.

नेमणूक झाली त्या दिवशी श्रीमंत घोड्यावरून आले आणि त्या दिवसापासून तो एक कौतुकाचा, कुतूहलाचा विषय झाला.
''आमच्या आसनाचा बंदोबस्त आपण केला असेलच.'' मस्टरवर सही करताच श्रीमंतांनी चौकशी केली.
''दुपारपर्यंत करतो.'' उत्तर मिळालं.
''तोपर्यंत आम्ही काय करावे?''
ह्या प्रश्नाला काही उत्तर नव्हतं. नेहमीचं कारण सांगत ओ. एस. म्हणाले, ''पोस्ट सँक्शन झाली आहे. फर्निचर सँक्शन व्हायचं आहे.''
श्रीमंतांनी विचारलं, ''आम्हीच आमची व्यवस्था करून घ्यावी काय?''
''उत्तमच!'' परस्पर काम होतंय म्हटल्यावर ओ. एस. खूष झाले.
श्रीमंत तातडीने बाहेर पडले.

दोन तासानं हातातलं काम टाकून पाहत राहावं असा प्रकार घडला. पाच फूट बाय पाच फूट असा एक काश्मिरी गालिचाचा तुकडा एका नोकराने जमिनीवर पसरला. त्याच्यावर मखमलीचा, गोंडे सोडलेला लोड ठेवण्यात आला. एक उतरतं टेबल, छान तासून ठेवलेले बोरू, शाईची बाटली आणि शाई सुकवण्यासाठी वाळू.

बैठकीची व्यवस्था करून भराभरा माणसं निघून गेली आणि मग श्रीमंत आसनस्थ झाले. मीटिंग संपवून आलेल्या इंजिनिअरसाहेबांना आपल्या खात्यात एवढी गर्दी का, हे समजेचना. पाहतात तो श्रीमंतांच्या बैठकीपासून, त्यांना पाहायला रांग.

साहेबांना पाहताच श्रीमंत तत्परतेने उठले आणि कमरेत वाकत त्यांनी पेशवाई थाटाचा मुजरा केला.

केबिनमध्ये गेल्यावर श्रीमंतांना आमंत्रण आलं.

''आपण?''

''महाराजांनी आठवण केली का?''

साहेबांना हसावं की रडावं, कळेना.

''आपण ह्याच पद्धतीने ऑफिसात बसणार का?''

श्रीमंत म्हणाले, ''परंपरेने आमची बैठक...''

''हे ऑफिस आहे.''

''महाराजांना आमचे नम्र निवेदन आहे की त्यांनी चाकराचे इमान पाहावे. बुद्धीचा कस पाहावा. कामाची तत्परता पाहावी. सेवक बसतो कसा, हे पाहू नये.''

साहेबांनी पाहिलं. श्रीमंत खाली मान घालून उभे होते. चेहरा अत्यंत नम्र होता. त्यात चेष्टामस्करीचा लवलेश नव्हता. क्षणभर साहेबांना वाटलं, खरोखरच ह्या माणसाच्या विक्षिप्त वाटणाऱ्या गोष्टींकडे दुर्लक्ष करावं. तो कामात कसा आहे, ते पाहावं. त्यात कुठे सापडला तर उत्तमच.

''यू कॅन गो.''

दुसऱ्या दिवशी श्रीमंतांच्या बैठकीची शान आणखीन वाढली.

तिथं हुक्का आला. चकाकणारी पिकदाणी आली आणि एक तांब्याचा लखलखीत तांब्या आला. तांब्याचीच पिण्याची भांडी आली.

श्रीमंत कामावर येऊन स्थानापन्न झाले की नानासाहेब फडणीसांप्रमाणे बैठक घालून बसत. त्यांचं हस्ताक्षर सुबक होतं, वळणदार होतं. श्रीमंत एकदा कामाला लागले की अवांतर गोष्टी करीत नसत. एक मिनिट वाया घालवीत नसत. बरोबर साडेबारा वाजता चार कप्प्यांचा चकचकीत टिफिन येत असे. त्यानंतर पान. तीन वाजता पेलाभर दूध. मधून मधून कँटिनमधून हुक्क्यासाठी विस्तव येत असे.

साहेब केबिनमधून बाहेर पडले रे पडले की श्रीमंत तत्परतेने उठून दरबारी मुजरा करीत. पहिल्यांदा साहेब, अंगावर पाल पडावी तसे गोंधळले. दुसऱ्या वेळी ते फारच कामात होते. तिसऱ्यांदा तो प्रकार घडल्यावर साहेबांनी त्यांना बोलावून घेतलं.

"तुम्ही हे जाता येता नमस्काराचं काय खूळ मांडलं आहेत?"

"सरकारनी कसूर झाली असल्यास माफी करावी."

"अहो..." साहेबांना नाव आठवलं पण पेशवे म्हणावं की श्रीमंत, इथं ते अडकले. कमरेत वाकत श्रीमंत म्हणाले,

"पेशव्यांच्या दरबाराचे रक्त आणि घराण्याची शिस्त ह्याने हा देह बांधलेला आहे. आपण आमचा मुजरा स्वीकारला नाहीत तर चाकरास कडेलोट केल्याचे दुःख होईल."

"अहो दिवसाकाठी पंचवीस-तीस वेळा मेयरकडे, कमिशनरकडे मला जावं लागतं. आता प्रत्येकवेळी जर तुम्ही मुजरे करत राह्यलात तर..."

"स्वारींना आमची विनंती आहे की त्यांनी आमची बैठकीची व्यवस्था अन्यत्र करावी, नाहीतर..."

"नाहीतर काय?"

"अभय असेल तर सांगतो."

क्षणभर साहेबांना ह्या विधानाचा बोध झाला नाही. त्यांनी अंदाजानं 'बोला' अशी खूण केली.

"स्वारींनी आपल्या जाण्यायेण्याचा मार्ग बदलावा. पण सेवकास मुजऱ्यापासून वंचित करू नये."

नोकरीत लागल्यापासून आठव्याच दिवशी श्रीमंतांनी वाहनभत्ता मिळावा म्हणून अर्ज केला. ओ. एस.नी त्यांना बोलावून विचारलं, "तुमच्या वाहनाचा आर. टी. ओ. रजिस्टर क्रमांक लिहावा लागेल, तो कुठाय?"

श्रीमंत म्हणाले, "घोड्याला क्रमांक देतात तो रेसच्या वेळी. हा रेसचा घोडा नाही. म्हणून..."

"मला ते माहीत होतं. तुमच्या ह्या अर्जाचा काही उपयोग नाही. घोडा हे वाहन होऊ शकत नाही, तेव्हा त्याला भत्ता मिळायचा नाही."

"आम्ही ह्यासाठी कोणास भेटावे?"

"कमिशनरला भेटलात तरी उपयोग नाही."

"आम्हाला भेटण्याची अनुज्ञा असावी."

"त्यासाठीसुद्धा परवानगी काढावी लागेल."

श्रीमंत गप्प बसले. पण त्यांनी मनाशी नक्की काहीतरी ठरवलेलं होतं. ते आपल्या बैठकीवर येऊन बसले. पण कामात लक्ष लागणं कठीण होतं. अस्थिर मनानं त्यांनी हुक्का जवळ केला.

पायात चढाव, त्याच्यावर सुरवार, वर जोधपुरी कोट, डोक्याला रेशमी तोफा अशा थाटात कमरेत वाकून दरबारी मुजरा करणाऱ्या व्यक्तीला पाहून कमिशनर क्षणभर थबकले. त्या माणसाच्या मागे एक मावळा उभा होता. त्याच्या हातात एक तबक होतं. त्यावर विणलेला रुमाल होता. केवळ कुतूहलाने कमिशनरनी 'काय हवंय' म्हणून विचारलं.

"सेवकास दोन मिनिटे मुलाखतीची संधी हवी आहे.''

"या.''

श्रीमंत तातडीने आत गेले. सेवकाने कमिशनरच्या टेबलावरती तबक ठेवलं. रुमाल काढून घेतला.

"हे काय?'' त्या सगळ्याचा अर्थबोध न होऊन कमिशनरनी विचारलं.

"थोरल्या महाराजांनी दिले आहे.''

"कोण थोरले महाराज?''

"आमचे तीर्थरूप. श्रीमंत माधवराव पेशवे.''

"आपण?''

"मी आपला चाकर.''

कमिशनरना जरा गंमत वाटली. कामावर आल्या आल्या ही करमणूक जरा बरी होती.

"आय ॲम नॉट एबल टू फॉलो...''

"आम्ही महानगरपालिकेचे चाकर. सेवेत रुजू होऊन महिना व्हायचा आहे. काही कर्तबगारी करू, दाखवू अशी उमेद उरी बाळगून इथे आलो आहोत. पण...''

"बोला, बोला...''

"सरकारचरणी एक अर्ज आहे.''

"पुढे.''

"आम्ही थेट आपल्या दरबारात दाखल झालो ह्याबाबत अभय असावे. इतर अधिकाऱ्यांनी आमची दखल घेतली असती तर आम्ही सरकारना तकलीफ दिली नसती.''

"ठीक आहे.''

"मुंबईसारख्या सुजलेल्या शहरात, वाहतुकीपायी प्रजाजनांचे किती हाल होतात हे स्वारींना माहीत आहे. वाहनासाठी हजारो रुपयांचा खर्च करूनही, वाहनांचा

भरंवसा राह्यलेला नाही. महापौरांचं वाहनही त्याला अपवाद नाही. म्हणून आम्ही आमच्या अश्वशाळेतला एक अत्यंत सुलक्षणी अश्व...''

कमिशनरना ताबडतोब सगळं आठवलं. त्यांना स्वत:ला जिथं कारपार्क आहे तिथं कधीच जावं लागत नसे, पण तिथं बांधण्यात येणाऱ्या घोड्याबद्दल आणि एकूण पेशवेप्रकरणाबद्दल त्यांना ड्रायव्हरकडून सगळं समजलं होतं.

''बरं मग...''

''दरबाराच्या कामासाठी, बांधकामावरील देखरेखीसाठी आम्ही घोड्यावरूनच 'जा-ये' करतो. तेव्हा अर्ज असा, वाहनासाठी इतरांना देण्यात येणारा भत्ता आम्हास मिळावा.''

''मग अडचण काय आहे?''

''घोडा वाहनात जमा होत नाही, म्हणून वाहनभत्ता देता येत नाही म्हणतात.''

तेवढ्यात चीफ अकाउण्टंट आल्याची वर्दी मिळाली. ते अगदी वेळेवर आले होते. आत येण्याची परवानगी मिळताच ते आत आले. आल्याबरोबर रुपयांच्या चकचकीत नाण्यांनी भरलेल्या ताटाकडे त्यांचं लक्ष गेलं. मग ते श्रीमंतांकडे बघत राहिले.

''ह्यांना ओळखता का?'' कमिशनरनी विचारलं. चीफ अकाउण्टंटनी 'नाही' म्हटल्यावर कमिशनर म्हणाले, ''हे पेशवे.''

श्रीमंतांनी कमिशनरची चूक सुधारली. कमरेत वाकून ते म्हणाले, ''आम्ही श्रीमंत रघुनाथराव पेशवे.''

कमिशनर म्हणाले, ''ह्यांचा एक घोडा आहे.''

''कारपार्कमध्ये बांधतात तो ना, मी पाह्यलाय. तो ह्यांचा का?''

''ह्यांचाच. त्यांना आता त्यासाठी कन्व्हेयन्स अलाउन्स हवाय.''

''ते कसं शक्य आहे?''

''का बरं?''

''तशी प्रोव्हिजनच नाही.''

चीफ अकाउण्टंटने छापलेलं उत्तर दिलं.

श्रीमंत नम्रपणे, ''स्पष्ट बोलतो त्याचे अभय असावं.''

कमिशनरना एकूणच पेशव्यांची गंमत वाटायला लागली. ते म्हणाले, ''मोकळेपणी बोला.''

त्या दोघांकडे नजर टाकून श्रीमंत कमिशनरना म्हणाले, ''सरकार, आपण इथले मुखत्यार. हे साहेब इथले काय ते कोषाध्यक्ष. कोषागार ह्यांच्या मुखत्यारीत असेल, पण त्यांनी निव्वळ आपल्या हुकमाची तामिली करायची आहे. 'जमणार नाही' असे म्हणण्याचा अधिकार हे आपल्याकडे कसा घेऊ शकतात?''

चीफ अकाउण्टण्ट काहीतरी ताडकन बोलणार तोच कमिशनर म्हणाले, ''पेशवे, महापालिका ही एक यंत्रणा आहे. काही ना काही नियमांचं बंधन त्या यंत्रणेला आवश्यकच नाही का?''

''हुजूर, बंदा नम्र आहे, सेवेने बद्ध आहे, तरी सांगू इच्छितो, नियमांसाठी जिथे माणसांना राबावे लागते तिथे असंतोष निर्माण होतो. माणसाचे कर्तृत्व फुलवतील, आनंद वृद्धिंगत करतील असेच शासनाचे नियम हवेत. कर्तव्याकडे पाठ फिरवणाऱ्या माणसांना जसे ते बंधनकारक ठरतील त्याचप्रमाणे ते कर्तव्यदक्ष माणसांच्या पाठीशी पण उभे राहायला हवेत. परंपरेने आम्ही घोडा हे एकच वाहन, पिढ्यान् पिढ्या वापरत आलो. आम्हास त्यासाठी भत्ता मिळायलाच हवा.''

अकाउण्टंट म्हणाले, ''पण घोडा हे वाहन...''

''पण महाराज घोडा वाहन का होऊ नये? जिथे मोटारीची शक्ती 'अश्वशक्ती'त मोजली जाते तिथे...''

''ठीक आहे. आपण स्पेशल केस करता आली तर पाहू.''

''साहेब, आपण इतर ऑफिसर्सकडे मधूनमधून मायलेज स्टेटमेंट मागतो, मग अलाउन्स देतो. तिथे पेट्रोल कन्झमशन काढता येतं.''

चीफ अकाउण्टटने आणखी एक पिल्लू सोडलं.

श्रीमंत मुजरा करीत म्हणाले, ''महाराज, तुमचे अकाउण्टंट मला निरनिराळ्या गोष्टी उजेडात आणायला लावत आहेत, ह्याची माफी असावी. अभय असेल तर बोलतो...''

कमिशनर नुसते हसले.

श्रीमंत म्हणाले, ''किती ऑफिसर्स डायरीवरून खरी माहिती दरबारात कळवतात, हे कोण सांगू शकेल? भत्ता प्रत्येक गाडी बाळगणारा ऑफिसर घेतो, पण महाराज प्रत्यक्षात पाच-पाच अधिकारी, भागीदारीने एकच गाडी वापरतात. आठ दिवसांतून फार तर एका अधिकाऱ्याला त्याची गाडी एकदाच बाहेर काढावी लागत असेल. आणि इतर ऑफिसर्सच्या गाड्यांना तर कन्व्हेयन्स अलाउन्स ऐवजी 'टोईंग' अलाउन्स मिळतो, असेच म्हणायला हवे. त्या ऑफिसर्सच्या गाड्यांची अवस्था आपण पाह्यलीत, तर महाराज, त्यांनी गाड्या ठेवल्या आहेत की गाड्यांनी त्यांना ठेवले आहे...''

ह्यापुढे आणखी सत्य पचवणं कठीण होतं.

कमिशनर समारोपाच्या स्वरात म्हणाले, ''डोण्ट वरी, आय वुइल लुक इंटू इट पर्सनली.''

मुजरा करून श्रीमंत निघाले. तेवढ्यात कमिशनरनी विचारलं, ''ह्या तबकाचं काय करायचं?''

"थोरल्या महाराजांच्या नावे मेयर्स फंडात जमा करावं महाराज.''

श्रीमंतांनी खात्यात बस्तान बसवलं. जाता-येता त्यांचा होणारा सलाम-मुजरा हळूहळू साहेबांच्या पण अंगवळणी पडला. इतकंच नव्हे तर त्यांच्यावाचून साहेबांचं पान हलेनासं झालं. जातायेता साहेबांना श्रीमंतांची गरज पडू लागली. अर्थात ह्याला आणखी एक कारण होतं. श्रीमंतांना बोलावणं पाठवलं की ते नेहमी जाग्यावर सापडत. 'आत्ता इथंच होते' किंवा 'एवढ्यात कँटिनला गेले' असली उत्तरं साहेबांना कधीच ऐकावी लागली नाहीत. एक तर श्रीमंतांनी स्वत: कँटिनमध्ये जाणं हे त्यांच्या दर्जाला साजेसं नव्हतं आणि त्याहीपेक्षा वेळेचा हा असा अपव्यय त्यांना मंजूर नव्हता.

श्रीमंतांवर मर्जी बसल्यावर एकदा केव्हातरी साहेब म्हणाले, "तुम्ही कधीही जागा सोडत नाही, हे फार क्रेडिटेबल आहे.''

श्रीमंत म्हणाले, "सरकारांनी चाकराचे जे कर्तव्य आहे ते त्याने नीट बजावल्याबद्दल मुळीच कौतुक करू नये. इथे आम्हास प्रत्येक मिनिटाचे वेतन दिले जाते. आम्ही जाग्यावरच असायला हवे.''

"अहो पेशवे, मग इतरांना हे असं का वाटू नये?''

"ह्याचा जबाब देणे कठीण आहे.''

"साध्या चहापाण्यात किती वेळ जातो ह्याची कुणाला कल्पना आहे का?''

श्रीमंत म्हणाले, "ह्याच विवंचनेने एकदा आम्हास ग्रासले होते. आम्ही तेव्हा एक हिशोबही करून ठेवला होता. महाराजांनी परवानगी दिली तर आम्ही तो इथे पेश करू.''

"जरूर.''

"महाराज, आम्ही एकदा असा विचार केला की, एका सेवकाने पंधरा मिनिटे चहा पिण्यात घालवली; फक्त एक दिवस. महापालिकेत ऐंशी हजार सेवक आहेत. प्रत्येकाची पंधरा मिनिटे धरल्यास, महाराज, एका दिवसात बारा लक्ष मिनिटे चहा पिण्यात जातात. मिनिटांचे वीस हजार तास होतात. आम्ही पुढे आठ तासांचा दिवस धरला. तेव्हा महाराज, त्याचे पंचवीसशे दिवस झाले. पंचवीसशे दिवस म्हणजे सहा वर्षे पूर्ण होतात. वर काही दिवस उरतात. ह्याचा अर्थ महाराज, नगरपालिका सहा वर्षे सगळ्यांना फुकट पगार देते. त्याऐवजी तिला सेवकांकडून काहीही मिळत नाही.''

साहेबांनी विचारलं, "हे फक्त एकच दिवस, पंधरा मिनिटं चहात गेली असं धरलं तर...''

"होय सरकार.''

"मग ही यंत्रणा कशी सुधारणार?''

"आम्हास जे वाटते ते आम्ही बोलतो. सेवक जिथे जबाबदारीने वागत नाहीत, तिथे अधिकाऱ्यांनी आपले अधिकार वापरायलाच हवेत."

"अधिकार वापरायचे म्हणजे काय करायचं?"

"धाक असल्याशिवाय माणसे सरळ होत नाहीत."

"तुमच्या पूर्वजांनी राज्य केलं ते कसं केलं? त्यांनी अनेकांची मनं जिंकली असणार."

"जिथे जिंकली तिथे जिंकली. इतरांच्या बाबतीत... ते शिक्षेच्या भीतीने..."

"म्हणजे?"

"काळ बदललाय पण महाराज, पुन्हा फटक्यांची शिक्षा करायचे कायदे निघायला हवेत; तसे जर निघाले तर..."

टेलिफोन आला म्हणून पुढचं बोलणं थांबलं.

आणि एके दिवशी अख्खं कॉर्पोरेशनचं वातावरण ढवळून निघालं. 'जाहीर चौकशी व्हायला हवी' म्हणून नगरसेवकांनी कॉर्पोरेशनचा हॉल दणाणून टाकला. केशव गणपत मुकादम रातोरात प्रसिद्ध झाला.

तरी श्रीमंत शांत होते. प्राथमिक चौकशीत ते निग्रहानं म्हणाले, "आम्ही केले ते योग्य केले. आम्हास जसा अन्याय सहन होत नाही तसाच खोटेपणा आणि लबाडीही रुचत नाही."

"म्हणून तुम्ही मुकादमाला चाबूक मारलात?"

"होय सरकार."

साहेबांना हसावं की रडावं, कळेना.

चौकशीचं सत्र थेट कमिशनरपर्यंत गेलं.

ठरलेल्या दिवशी कमिशनरच्या ऑफिसात, दोन-तीन कमिट्यांचे चेअरमन, दोन डेप्युटी कमिशनर्स, स्वत: कमिशनर आणि त्यांच्यासमोर नम्रपणे उभे राह्यलेले श्रीमंत, अशा थाटात चौकशी सुरू झाली. कमिशनरसाहेबांनी समोर ठेवलेली फाईल वरवर चाळली आणि मग ते म्हणाले, "मि. पेशवे, यू हॅव बीन कॉल्ड हिअर फॉर युवर मिसबिहेव्हीअर."

"आम्हास त्याची पूर्ण कल्पना आहे. त्या संदर्भात आम्हासही काही सांगायचे आहे."

"तेवढ्याचसाठी आपण इथं जमलो आहोत. जे काही सांगायचं ते मोकळेपणी पण झटपट सांगून टाका. वेळ थोडा आहे. ह्या सर्वांना कामं आहेत."

श्रीमंत वाकून म्हणाले, "सरकार, आपण ह्या सर्व अधिकाऱ्यांना जाण्याची अनुज्ञा द्यावी. त्यांनी त्यांचा मौल्यवान वेळ इथं का बरे वाया घालवावा, हे

आम्हास समजत नाही.''

डेप्युटी कमिशनर काही बोलणार तोच कमिशनरसाहेबांनी त्यांना थांबायची खूण केली. ते श्रीमंतांना म्हणाले, ''इन्क्वायरीसाठी त्यांना मुद्दाम बोलावलं आहे.''

श्रीमंत म्हणाले, ''दरबारचा अवमान व्हावा असा हेतू आमचे मनास शिवलेला नाही. पण महाराज, काही स्पष्ट सांगतानाच जर अवमान घडल्यासारखा वाटले, तर सेवकास अभय असावे.''

''बोला.''

''चौकशीची ही प्रथा आम्हास मंजूर नाही.''

''तुमच्या मते ही प्रथा कशी हवी होती?''

श्रीमंत सगळ्यांकडे पाहत निर्भीडपणे म्हणाले, ''आपण सर्व पालिकेतील मोठे अधिकारी आहात. आपणावर जबाबदारी फार. जोखीम मोठी. सत्तर लाखांवर प्रजानन असलेले राज्य चालवणे ही मोठी कामगिरी. तेव्हा, माझ्यासारख्या क्षुद्र अधिकाऱ्याची कैफियत ऐकण्यास आपण आपला वेळ घालवावा हे अनुचित आहे.''

एवढं बोलून कमिशनरसाहेबांकडे वळून श्रीमंत म्हणाले, ''महाराजांनीदेखील हे कष्ट घ्यायला नको होते.''

कमिशनर म्हणाले, ''भले, मग ही कामं कुणी करायची?''

श्रीमंत म्हणाले, ''आम्ही ज्यांच्या हाताखाली काम करतो त्यांच्यावरच ही जबाबदारी सोपवायला हवी. कोणतेही प्रकरण वर सुपूर्द करायची सोय ज्या यंत्रणेत असते तिथे मधले सर्व अधिकारी फक्त बटवड्याचे काम करतात. कोणत्या हुद्द्यापर्यंत कोणते अधिकार असावेत, हे ठरवणे अगत्याचे आहे. आपण फक्त धोरण आखून द्यायचे. अंमलबजावणी इतरांनी करायची. आपण आमची चौकशी करता आहात ह्याचा अर्थ अंमलबजावणी आपण आपल्याकडे घेतलीत. असे होईल तर मधले अधिकारी कार्यक्षम कसे होतील? धोरण पक्के ठरवले नाही म्हणजे प्रत्येक प्रश्न स्वतःकडे घ्यावा लागतो.''

डेप्युटी कमिशनर म्हणाले, ''एक जबाबदार अधिकारी हाताखालच्या माणसाला फटके मारतो, हे आजवरच्या इतिहासात घडलेलं नाही. मग धोरण ठरवायचं कसं?''

''हुजुरांचे म्हणणे अत्यंत उचित आहे म्हणूनच ह्या सेवकाच्या शंकेचे त्यांनी निरसन करावे अशी नम्र विनंती आहे.''

चौकशीसाठी जमलेल्या मेंबर्सना गंमत वाटू लागली ती केवळ श्रीमंतांच्या दरबारी पद्धतीच्या भाषेमुळे. त्याचबरोबर, त्या भाषेला एक वास्तवतेचं अत्यंत निर्भीड असं तेज होतं.

सर्वांच्या हावभावांवरून काय ते समजून श्रीमंत पुढे म्हणाले, ''ह्या चौकशीचे खरे तर प्रयोजनच नाही. शासनाने आमची ठराविक कामगिरीवर नेमणूक केली आहे. आम्हास आमच्या कामाचे संपूर्ण तांत्रिक ज्ञान आहे. दिलेले काम करण्याची तळमळ आहे आणि हे काम कसे करायचे ह्याचे कसबही श्रीगजाननाने आम्हाला दिलेले आहे. ज्ञान, तळमळीची इच्छा आणि कसब ह्या तीन गोष्टी एकत्र आल्या तर कार्य बिघडताच कामा नये. आम्ही शासनाकडे फक्त अधिकार मागत आहोत. सिमेंटमध्ये भेसळ आहे हे आम्ही जाणले. मुकादमाच्या संमतीने तरीही तेच सिमेंट वापरले जात होते तेही आम्ही पाह्यले. आमची तळपायाची आग मस्तकाला गेली. कोप आवरेनासा झाला. आम्ही त्यास चाबकाचे फटके मारले. चाबकावरच भागवावे लागले ते काळ बदलला म्हणून. शनिवारवाडा बांधताना असाच एक प्रकार घडला तेव्हा थोरल्या महाराजांनी गवंड्याचे हात तोडले होते. आम्ही फटके मारले, ह्यात आम्ही काही चूक केली आहे असे आम्हास वाटत नाही. हाताखालील माणसांवर वचक असा बसवायचा ते ठरविण्याचा अधिकार आम्हास मिळावयास हवा. त्याची चौकशी होता कामा नये.''

श्रीमंतांचं निवेदन संपताच कमिटी चेअरमननी विचारलं, ''तुमच्याविरुद्ध तक्रार आल्यावरही चौकशी होता कामा नये, असं तुमचं म्हणणं आहे का? ही लोकशाही आहे. इथं प्रत्येकाला प्रोटेक्शन मिळायला हवं.''

श्रीमंत मान वाकवून म्हणाले, ''स्वकर्तव्याची जाणीव ज्या देशातल्या नागरिकांना झालेली आहे तोच देश लोकशाहीसाठी लायक आहे. कर्तव्य कशाशी खातात हे ज्यांना कळत नाही तिथे लोकशाही राबवली म्हणजे राज्ययंत्रणा खिळखिळीच होणार.''

कमिशनर म्हणाले, ''ही चर्चा इथं करण्यात अर्थ नाही. तुम्ही त्या मुकादमाला फटके मारलेत, त्याबद्दल काय ते सांगा. तुमचं वर्तन म्युन्सिपल सर्व्हिस कोडप्रमाणे आक्षेपार्ह आहे.''

बोलता बोलता कमिशनरनी बेल वाजवली.

शिपाई आला.

''बाहेर ते मुकादम आलेत. त्यांना बोलवा.''

सर्वांना पाच पाच वेळा नमस्कार करीत मुकादम आत आला. जमलेल्या चेअरमनपैकी एकजण म्हणाला, ''साहेबांना मी सगळं सांगितलेलं आहे. न घाबरता काय ते सांग.''

मुकादम तसाच उभा राह्यला. कमिटी चेअरमन पुन्हा म्हणाले, ''साहेब तुला काहीही म्हणणार नाहीत. सगळं सांग. तुझ्या पाठीवरचे वळही त्यांना दाखव.''

मुकादमाने सगळ्यांकडे पाह्यलं आणि श्रीमंतांकडे हात करीत तो कमिशनरना

म्हणाला, ''साहेब, ह्यो हितं उबा हाय तो द्येवमानूस हाय. माजी काय बी तक्रार नाई. म्या चूक केलीसा. ह्या साहेबानं डोळं उघाडलं माजं. कानाला खडा लावला पगा. आता हातानं वंगाळ काम न्हाई व्हायचं. अन् साहेब, त्ये कंत्राटदाराचं पगा जरा. माणूस लई बेरकी हाय्. त्येच्यावर ध्यान ठिवाया हवं. पेशवे साहेबाला सांगा.''

कमिशनरसाहेबांनी 'ता' वरून जे ओळखायचं ते ओळखलं. समोरची फाईल पुन्हा उघडत ते म्हणाले, ''कोण आहे कॉन्ट्रॅक्टर त्या कामाचा?''

कुणीतरी उत्तर द्यायच्या आत, श्रीमंतांकडे नजर टाकीत पण कमिटी चेअरमनपैकी एकाकडे बोट दाखवीत मुकादम धीटपणे म्हणाला, ''ह्या साहेबांच्या नात्यामधलाच हाय बघा.''

कमिशनरनी पुन्हा बेल वाजवली आणि ते मुकादमाला म्हणाले, ''ठीक आहे. तुम्ही जा आता.''

शिपाई मुकादमाला घेऊन गेला.

मामला काहीसा कमिटीच्या चेअरमनवरच बेतला म्हणून तेही निघाले.

श्रीमंत थांबले.

कमिशनर त्यांना म्हणाले, ''आपण गेलात तरी चालेल.''

श्रीमंत म्हणाले, ''नगरपालिकेच्या दृष्टिकोनातून आम्हास काही निवेदन करावयाचे आहे. सरकारनी कृपावंत व्हावे. सेवकास बोलण्याची अनुज्ञा द्यावी.''

कमिशनरनी बसण्याची खूण केली.

श्रीमंत म्हणाले, ''आम्हास इतरांचे दाखले देण्यात प्रशस्त वाटत नाही. त्याने काहीही सिद्ध होत नाही. तरीही महाराज, थोरल्या माधवराव पेशव्यांचे उदाहरण सांगावेसे वाटते. श्रीमंत म्हणत, कपाळशूळ उठला असल्यास, निव्वळ कपाळशुळावर इलाज करून फायदा नाही. श्रीमंत राजवैद्याला नेहमी सांगत, की दुखण्याचे मुळी घाव घाला. त्याप्रमाणे महाराज, बांधकामात दोष निर्माण का होतात, माणसे बेइमानी का करतात, ह्याचा शोध घ्यायचा असल्यास, सरकार, थेट मुळी घाव घाला.''

कमिशनर विचारात पडले.

समोरचा माणूस वेचक बोलत होता. निश्चित योजनेशिवाय तो बोलत नाही, ह्यात संदेह नव्हता. त्यांनी विचारलं, ''योजना आहे का तशी जवळ?''

''आहे हुजूर.''

''सांगा.''

''सरकार, आपल्या सेवेत रुजू होऊन एक साल पुरे व्हायचे आहे. पण महाराज आकलन होणार नाही असे दिसते, असे ऐकू येते. इथे हाच रिवाज आहे, हे

पाहून मन विषण्ण झाले. आम्ही सध्या ज्या बांधकामावर देखरेख करीत आहोत तेच उदाहरण घ्या. महाराज, ते काम बावन्न लाखांचे आहे. कंत्राटदाराने त्या कामासाठी त्याची किंमत केवळ चव्वेचाळीस लाख सांगितली. बावन्न लाखांचे काम त्याला चव्वेचाळीस लाखाला कसे परवडते हा विचार कुणीच केला नाही का? आमच्या पूर्वजांनी, कोणतीही आधुनिक यंत्रसामग्री हातात नसताना, भले भले दुर्ग बांधले, तटबंदी बांधल्या, धर्मशाळा उभ्या केल्या. देवालयांची रचना केली. त्या इमारती आज दोन शतकानंतर डौलात उभ्या आहेत. त्यांचा चिरा निखळला नाही. महाराज, स्पष्ट बोलतो, माफी असावी. महापालिकेने गेल्या वर्षी बांधलेल्या इमारती पहिल्या पावसात धो धो गळतात. बाजारात दहा पैशाचे लिंबू नऊ पैशाला मिळत नाही आणि इथे बावन्न लाखाची इमारत चव्वेचाळीस लाखात मिळते. ह्याचा अर्थ हुजूर, आठ लाखाची बेइमानी आपणच मान्य केली आहे. फटके कंत्राटदाराला मारायला हवेत. महाराज, आमचा दिल फाटून जातो. आम्ही मुकादमाला मारले.''

कमिशनर स्तंभित झाले. श्रीमंतांइतकेच अस्वस्थ झाले. मनाची मनाला ओळख पटली.

समोरच्या माणसाला, यत्किंचित इंजिनियरला त्यांना पेशवे या नावानं हाक मारवेना. नकळत ते म्हणाले, ''श्रीमंत...''

''माफी असावी.''

कमिशनर म्हणाले, ''तुम्हीच माफ करा. आम्ही यंत्रणेचे बांधील आहोत.''

श्रीमंत म्हणाले, ''सरकार, आम्ही ते जाणतो. म्हणूनच एकच मागणी आहे. आम्हाला आमचे अधिकार द्या. आमचं सत्त्व पणास लावा. आमच्या बुद्धीचा कस पाहा. सरकार, इमानदारीला दाद द्या, एवढीच भीक मागतो. इमानदारीला वावरायची चोरी झाली आहे. तिला फक्त यंत्रणेचं पाठबळ द्या. ह्याच कार्यालयात आम्ही चमत्कार घडवून दाखवू. दरारा बसवू. आमच्या कारभाराची जाहीर चौकशी करून धिंड काढू नका. कमीत कमी हाती घेतलेले कार्य सिद्धीस जाईतो, आमची बदली होऊ देऊ नका. चव्वेचाळीस लाखांत आम्ही बावन्न लाखांचे माप नगरपालिकेच्या पदरात टाकतो की नाही, एवढंच पाहा.''

कमिशनर म्हणाले, ''तोपर्यंत माझीच बदली झाली तर?''

श्रीमंत ताडकन् म्हणाले, ''मग महाराज, आम्हाला सेवेतून मुक्त करा.''

श्रीमंतांनी राजीनामा सादर केला.

कमिशनर म्हणाले, ''ह्या यंत्रणेबद्दल प्रेम वाटतं म्हणून आम्ही तुमचा राजीनामा स्वीकारीत नाही. तुमच्यासारख्याची इथं सतत कुचंबणा होणार, म्हणून...''

श्रीमंत रघुनाथ पेशवे.

जसे आले तसे गेले.
जातानाही त्यांनी सत्त्व सोडलं नाही.
आणि घराण्याची परंपरा.
कमिशनरपासून थेट स्वत:च्या खात्याच्या साहेबापर्यंत त्यांनी नजराणे दिले.
अकरा मावळे अकरा तबकांसहित ऑफिसात आले.
विणलेले रुमाल उचलीत नम्रपणे बाजूला उभे राहिले.
श्रीमंत रिक्तहस्ते आले नाहीत. रिक्तहस्ते गेले नाहीत.
मेयर आणि कमिशनर ह्यांच्या मोटारीजवळच्या खांबाला तो कुर्रेबाज, तुकतुकीत कांतीचा घोडा आता कुणाला दिसत नाही.
पुढे दिसणार नाही.
तरी जाणारे, येणारे थबकतात.

◆

एक क्षण भाळण्याचा

नंदा काल मेली.

मी सरळ, सरळ 'मेली' हा शब्द का वापरावा? इतर शब्द कमी आहेत का मराठी भाषेत? देहावसान, देवाज्ञा, पंचत्वात प्राण विलीन, प्राणज्योत मालवली, आयुष्याची दोरी...

अनेक, अनेक!

आम्हा सर्वांना सोडून गेली, असं म्हणणं सोपं नव्हतं का?

मग असं का? ह्याला उत्तर नाही.

मला फारसं भावनाप्रधान व्हायला साधत नाही. माणूस गेला म्हणजे गेला. दॅट इज द एन्ड ऑफ इट!

मला वर्तमानपत्रांतून जाहिरातीसुद्धा द्यायला आवडत नाहीत. 'तू आम्हाला सोडून गेल्यापासून, असा एकही दिवस गेला नाही की ज्या दिवशी तुझी आठवण झाली नाही...' अशी एक ठराविक चौकट कोणत्या तरी परिवारानं केलेली असते. मला अशा परिवारांच्या भावनांची मुळीच टिंगल करायची नाही. तरीही ते मला पटत नाही.

नंदानंच मला विचारलं. कोणत्या दिवशी ते आता आठवत नाही. तिला 'इन्टेन्सिव्ह'मध्ये ठेवलं होतं. मायोकार्डियल इन्फार्कशन असं काहीतरी तिच्या केसपेपरवर खरवडलेलं होतं. डॉक्टरमंडळी वर वर हसत 'डोन्ट वरी' म्हणत होती.

केव्हातरी नंदानं मला विचारलं,

"मी मेल्यावर तू काय करशील?"

"मला वाईट नक्कीच वाटेल. पण मी गळा काढून रडणार नाही."

"पेपरला माझ्या नावाची चौकट?"

"ते तर मुळीच करणार नाही. एक वेळ गळा काढून इतरांबरोबर रडेन, पण जाहिरात..."

"का रे बाबा, एवढा राग का ह्या प्रकारावर?"

“नंदा, मला सांग, त्या चौकटी कुणासाठी असतात? जो गेला तो वाचू शकतो? नाही! ज्यांचं खरंखुरं त्या व्यक्तीवर प्रेम असतं त्यांना आठवण असतेच आणि जी माणसं त्या व्यक्तीला विसरलेली आहेत त्यांना त्या चौकटी पाहून काय वाटणार आहे?”

मी नंदाशी वाद घातला खरा. पण नंदा गेली हे मला समजलं त्या क्षणी मी धाय मोकलून रडलो.

इतर नवलानं बघत होते आणि मी चक्क रडत होतो.

का? कसा? सांगता येत नाही.

सचिन मला बघायला आला.

लग्नं अशीच जमवली जातात. प्रथम डोळ्यांचा कौल मागायचा. शरीरानं शरीर पसंत करायचं.

सचिनला माझं शरीर आवडलं. खोटं कशाला सांगायचं? मला पण सचिन आवडला.

आवडला म्हणजे काय झालं? माझ्या कल्पनेतल्या साथीदाराला जशी केसांची झुलपं होती, तश्शीच ती सचिनला होती. चेहरा रुबाबदार, अंग भरलेलं. नुसतं भरलेलं नाही, तर त्या शरीराला जसं दुसरं शरीर मिळणं आवश्यक होतं, ती मी होते.

वडील माणसं मुद्दाम उठून गेली. आम्हाला एकांत मिळावा म्हणून. एकांत मिळताच संकोच न करता, पाल्हाळ न लावता सचिन म्हणाला,

“शरावती, मला तू आवडलीस. तुझं काय?”

मी फक्त नजरेला नजर दिली आणि खाली पाह्यलं. आत्ता मी सांगतेय, की असं केलं आणि तसं केलं– खरं तर जे घडायचं ते कुणीतरी घडवलं. मी लाजले आणि सचिनला उत्तर मिळालं.

आणि नेमकं तेव्हा आठवलं, सरस्वतीची मावशी कुणाजवळ तरी म्हणाली होती, “सगळं चांगलं आहे, फक्त ते दिनकररावांचं नंदा प्रकरण नको होतं.” पहिल्या भेटीत ‘नंदा कोण?’ हे मी विचारू शकणार नव्हतेच.

ओळख झाली. परिचय वाढला.

जुहूच्या किनाऱ्यावर मी त्यांना विचारलं,

“नंदा-नंदा म्हणतात ती कोण हो?”

सचिन म्हणाला,

“लग्न झाल्यावर सांगेन.”

काल नंदा वारली. न रडणारा सचिन काल ओक्साबोक्शी रडला. मीच नव्हे तर

सगळे थक्क झाले होते आणि रडणं हा प्रकार न आवडणारा सचिन रडत होता.

कुठेतरी वाचलं होतं, कावळा मेला तर दुःख होत नाही. मोर मेला तर होतं. का? तर मृत्यू सौंदर्याचा नाश करतो, ते बघवत नाही.
नंदा मेली. एक सौंदर्याची मूर्ती हां हां म्हणता मातीत गेली.
तिची चिमूटभर राख झाली. चिमूटभर राख होण्यासाठी का हे सौंदर्य इतकी वर्षं माझ्या संसारात वावरलं?
नंदा कोण?
तर माझ्या नवऱ्याची प्रेयसी.
ती मेली.
आभाळ भरून आलंय. कोसळणार असं वाटत होतं, पण कोसळत नाही.
ढग दाटून आले की मोर पिसारा फुलवून नाचतात. नंदा तशीच. ढग भरून आले की ती पिसाऱ्यासारखी फुलायची. हेच नव्हे तर मी पण तिच्याकडे बघत असे.
चकित होऊन, भारावून.
स्त्री असून माझी नजरबंदी व्हायची. मग ह्यांची काय कथा?
ती कथा मला माहीत होती. प्रथम अंदाजानं. मग संशयाचं थैमान. संशयापाठोपाठ पाळत ठेवणं. ते आणि ती रेडहँड सापडतात का ह्यासाठी जंगजंग पछाडणं.
पण मला एवढं करावं लागलं नाही. थोड्याच दिवसांत ह्यांनी तिला घरी आणलं.
मी तिला पाह्यलं आणि मनाशी म्हणाले, माझी जर अशी अवस्था होते, हिला पाहून, तर मग ह्यांचं काय झालं असेल!

जे सगळ्या पुरुषांचं होतं किंवा जे प्रत्येक पुरुषाचं होतं तेच माझं झालं.
अर्थात नंदाला पाह्यल्यावर जे झालं ते सांगतो. ह्यात सगळ्या पुरुषजातीचा हवाला देऊन मला माझ्या भावनांचं समर्थन करायचं नाही. विश्वामित्राला जे साधलं नाही ते माझ्यासारख्या यःकश्चित, एका छोट्या कंपनीच्या डायरेक्टरला काय साधणार, असल्याही पळवाटा मला शोधायच्या नाहीत.
हातून घडणारी कृती ही केवळ कृतीच असते. प्रत्यक्ष कृती जेवढी समर्थनीय असते तेवढं त्या पटणाऱ्या किंवा न पटणाऱ्या कृतीमागलं समर्थन कधीही पटणारं नसतं.
म्हणूनच, सुखाचा संसार असताना, जीव टाकणारी जान्हवीसारखी पत्नी असताना मला नंदा हवीहवीशी का वाटली हे मी कधीच सांगू शकणार नाही. उत्तर नसलेली ती एक घटना होती.

पुरुष हा निसर्गत:च पॉलिगॅमिस्ट असतो. त्याला नावीन्याची भूक असते, चटक असते वगैरे वगैरे बक्‌बक् करता येईल. देवादिकांपासून महाभारतापर्यंत अनेक दाखले देता येतील. पण ह्यातलं मी काहीही करणार नाही. कारण मी स्वत:ला गुन्हेगार समजत नाही. मी स्वत:ला आरोपीच्या पिंजऱ्यात उभं करणारच नाही आणि तुमच्या कोर्टात तर नाहीच नाही! मला आरोपीच्या पिंजऱ्यात उभं करण्याचा अधिकार फक्त जान्हवीला होता– आणि आहे.

पण केव्हातरी तिनंच माझी समजूत घातली. आकांडतांडव करीत नव्हे किंवा नाइलाजाने पण नव्हे. त्याच वेळेला उपकाराच्या प्रचंड दबावाखाली मला गुदमरून टाकण्यासाठी पण नव्हे.

'वुइथ फुल अंडरस्टँडिंग' असं ज्याला म्हणता येईल तितक्या निष्कपटी मनानं, मला मिठीत घेत ती म्हणाली,

''दिनू, मला माझ्यापेक्षा तुझी काळजी वाटते.''

''का?''

''तू अकारण अपराध केल्यासारखा वागशील. अकारण स्वत:चं मन खात राहशील. आणि वस्तुस्थिती फार निराळी असताना मला देवता वगैरे ठरवशील. तसं करू नकोस. मी तुझी आहे तितकाच तू माझा आहेस. नंदा जितकी तुला आवडली आहे तितकीच मला आवडली आहे. ती तुझ्या आयुष्यात आली आहे. फार भाग्यवान असतात, अशांनाच अशा बायका भेटतात. तू भाग्यवान पण आहेस आणि कर्तबगारही. आय ॲम प्राऊड ऑफ यू! मस्त जग. आरोपीसारखा वावरू नकोस.''

जान्हवी एवढंच बोलली. खोलीत मिट्ट काळोख होता. तिचा चेहरा मला दिसत नव्हता. पण शब्दांतली प्रांजलता स्पर्शही सांगत होता. पहिल्या रात्रीइतकाच तो स्पर्श ताजा होता. उत्कट होता.

''जान्हवी...''

''आता काही बोलायचं नाही.''

मला मिठीत घेऊन ती पडून राह्यली. जरा वेळानं ती म्हणाली,

''मला आणखी जवळ घे.''

''ये.''

''आणखीन!''

''ये ना!''

''बस! संपलं? खूप जवळ, खूप जवळ म्हणतानाही दिनू हे एवढं अंतर राहतंच का रे?''

मी गप्प होतो.

''दिनू, दिवा लाव.''
''का?''
''मला उरलेलं हे अंतर डोळ्यांनी नाहीसं करायचं आहे. तू अगदी इथं आहेस हे केवळ स्पर्शालाही सांगता येत नाहीये, नजरेला बघून खात्री करून घेऊ दे.''
हात लांब करून मी पलंगाजवळचा दिवा लावला.
जान्हवी आणखी जवळ आली.
केव्हातरी मी तिला म्हणालो होतो, सेन्स ऑफ पझेशन इज अ प्लेझर इटसेल्फ. तिला आता तेच सौख्य हवं होतं.

सचिनशी लग्न करून मी सासरी आले. लग्न होऊन मी घरी आले आणि मग नंदा कोण हा प्रश्न मला सचिनला विचारावा लागला नाही.
नंदाला मी प्रथम मांडवात पाह्यलं. माझी नजर तिच्यावर खिळली होती.
सरस्वतीची मावशी कानात पुटपुटली,
''तीच ती बया!''
शब्दात काही अर्थ नसतो असं जे म्हणतात त्याचं मला नवल वाटतं. मावशीचा 'बया' हा शब्द मला काय काय सांगून गेला. 'बया' ह्या शब्दात 'कैदाशीण' ह्या शब्दाचा अर्थ लपल्यासारखा वाटतो आणि मावशीनं त्या शब्दाला एक लकेर दिली, त्यानं तर तोच अर्थ स्पष्ट झाला. पण 'बया' ह्या शब्दाची 'बयो' केली की तो शब्द किती नात्यातला वाटतो. मी नंदाला पाह्यलं त्या क्षणी मला ती 'बयो' वाटली. सासूबाईंचं तर तिच्यावाचून पान हालत नव्हतं आणि बयो पण सासूबाईंना काही करून देत नव्हती. लग्नाचा सोहळा तसा काही तासांचाच. पण त्या काही तासांतही, कित्येक ठिकाणी पोकळी निर्माण होते. त्या त्या वेळी स्वत:च्या हिमतीवर योग्य निर्णय घेणारी व्यक्ती हजर असावी लागते. त्या त्या प्रत्येक ठिकाणी बयो होती. दिव्याच्या रोषणाईसारखी ती हसत होती. आसमंत उजळत होती. सरस्वतीच्या मावशीच्या अगोदर मी बयोला वाकून नमस्कार केला.
निरोप घेते वेळी अश्रूंचा पूर वाहवणाऱ्या माझ्या आईला धीर देणारी पहिली बयो होती. मला नवी आई मिळाली असं वाटून, बयोकडेच पाहत मी आईला म्हणाले,
''माझी काळजी करू नकोस.''
ह्या घरी आले. बयोनं मला जिंकलंच होतं. सासूबाईंना पण तिनं असंच जिंकलं असेल का?
जिंकलं जाणं हीच तिची शक्ती. पण तरीही दिनकररावांनी सासूबाईंना जेव्हा प्रथम ओळख करून दिली असेल की, 'जान्हवी, ही नंदा–' अगदी त्या क्षणी

सासूबाईंना काय वाटलं असेल?

"तुमच्या बायकोनं जर विचारलं, 'ही कोण?' तर काय सांगाल?"
"मैत्रीण."
"असं स्पष्ट सांगाल?"
"न सांगायला काय झालं?"
"ते मला माहीत नाही. काय सांगाल एवढंच मला हवंय."
"सांगेन. मैत्रीण म्हणून."
"त्यानंतर समजा, त्यांनी विचारलं की मैत्री कोणत्या स्तरापर्यंत तर?"
"त्या प्रश्नावर मी विचार करून ठेवला नसेल, असं वाटतं का तुला?"
"असं कसं होईल? तुम्ही सर्वांत जास्त विचार करून ठेवला असेल!"
"कशावरून?"
"कारण तुम्ही उत्तर द्यायला बांधलेले आहात. मला हा असा प्रश्न कुणी विचारणारच नाही."
"मी विचार करून ठेवला आहे. पण तरीही उत्तर देताना मला दोन क्षण थांबावं लागेल."
मी असं म्हणताच नंदानं विचारलं,
"ते का?"
"स्वत:ची मतं कितीही निर्भीड असली तरीही तारतम्याचा प्रश्न येतोच."
नंदा हसायला लागली. ती तिची खास स्टाइल. तिला जेव्हा एखादं विधान पटत नाही तेव्हा ती खूप हसत राहते. त्या हसण्यानं ती तुमच्यातली हवा काढून टाकते. मी तिला म्हणालो,
"तुझं हे हसणं क्लोरोफॉर्मसारखं आहे. समोरच्या माणसाला आपण फारच येडपटासारखं बोललो की काय असं वाटायला लावायचं आणि मग तो सावध व्हायच्या आत त्याच्यावर शस्त्रक्रिया करायची, असं हे तंत्र आहे."
हसणं थांबवीत ती म्हणाली,
"प्रश्न तारतम्याचा आहे की स्वार्थाचा?"
मी पटकन म्हणालो, "तुझा स्वार्थ शब्द मला आवडला नाही. तो फार जळजळीत आहे."
"आय ॲम सॉरी."
"तसंही नाही."
मग तीही इरेला पेटली. ती म्हणाली, "मला कोणतंही विधान तसंच्या तसं स्वीकारता येत नाही. समोरच्या माणसाला त्याच्या विधानामागची भूमिका सांगता

आली पाहिजे.''

मी म्हणालो, ''ही सरळ सरळ डिक्टेटरशिप झाली. प्रत्येक वेळी तुझा हा अट्टाहास का?''

नंदा एकदम गंभीर होत म्हणाली,

''वाक्यरचना कशी करायची हे व्याकरण शिकवतं. का करायची हे विचार सांगतो. मला नेहमीच विचारांचा मोह पडतो. माणूस विचारांनी वाढतो, व्याकरणानं नाही.''

नंदा हे असं जेव्हा केव्हा बोलायची आणि मला नव्यानं वाटून जायचं, आपल्याला ही आवडली ह्याचं कारण हेच आहे.

मी तिला विचारलं, ''तुला हे असं पटकन् कसं बोलता येतं?''

नंदा आणखीन गंभीर झाली. ती म्हणाली,

''एकांतवासानं मला ही देणगी दिली. देणगी आणि शापही.''

मी गप्प बसलो.

आता काहीही न विचारता नंदा बोलत राहणार हे मी जाणलं. पण ती गप्पच. मग मी विचारलं, ''शाप असं का म्हणतेस?''

''फार तर्क– तर्क हा माणसाचा एकांत वाढवत जातो. तो तर्क कर्कश वाटतो. फार फार, मॅटर ऑफ फॅक्ट होतो. कधी कधी वाटतं, नुसता तर्क करीत राहणारा माणूस संशयी होतो. त्याची वाढ होत नाही आणि त्याला सुखही लागत नाही.''

मी म्हणालो, ''तुझ्याकडे पाह्यल्यावर असं वाटत नाही. तू सुखात आहेस की नाहीस हे मी सांगू शकणार नाही, पण तुझी रोज वाढ होते आहे, एवढं नक्की.''

नंदा शांत नजर रोखीत म्हणाली,

''तर्कालाही सत्याचा आधार लागतोच. त्याशिवाय तो वास्तवतेत उतरत नाही. ज्या तर्काला वस्तुस्थितीचा आधार गवसत नाही तो तर्क सोडून द्यायची तयारी असावी लागते. सत्याचा आधार शोधायची धडपड पण करायची असते. अशी धडपड जी माणसं करतात ती वाढतात. ज्यांचं तर्कावरच प्रेम असतं ती माणसं तिथंच फिरतात.''

''हे सगळं तुला कुणी शिकवलं?''

''एकांतानं.''

''मुळातच तुला ह्या वयात एकांताची ओढ का वाटली, हेच कोडं आहे.''

''हा एकांत लादला गेला. तुला बोलले होते की नाही हे मला माहीत नाही. जस्टिस अक्कलकोटकरांची मी मुलगी.''

''काय सांगतेस काय! खरं म्हणजे हे आडनाव दुर्मिळ आहे, म्हणजे माझ्या हे कधीच लक्षात यायला हवं होतं.''
''ते माझे वडील.''
''म्हणजे नंदा...''
''त्यांच्या मृत्यूचं गूढ हेच तुम्ही विचारणार ना?''
मी 'हो' म्हणालो.
''गूढ वगैरे काही नाही. ती सरळ सरळ आत्महत्या म्हणायची, अर्थात इतरांच्या दृष्टीनं.''
''म्हणजे?''
''तो पपांचा राजकीय खून होता.''
''मी आता बॅकग्राऊंड विसरलोय. पण त्यांचा फोटो डोळ्यांसमोर येतो. ही वॉज व्हेरी हँडसम. काय झालं एक्झॅक्टली?''
''तीन लाख देण्याची व्यवस्था करण्यात आली होती– तोंड न उघडण्यासाठी.''
''हां, आठवलं. कोणत्या तरी इनक्वायरीसाठी.''
नंदा म्हणाली, ''दोनशे एकवीस पॅसेंजर्ससहित एका विमानाचा चक्काचूर झाला होता. न्यायालयीन चौकशी पपांच्या हातात होती. पहिल्या दिवसापासून वरून दडपण येऊ लागलं. नाना तऱ्हेची माणसं दिवसरात्र खेट्या घालू लागली. अपरात्री फोन तर ठरलेलाच. ह्या ना त्या कारणानं पार्ट्या सुरू झाल्या. मंत्र्यांच्या मोटारी दाराशी उभ्या राहू लागल्या. शेवटी अपघात आणि त्याची चौकशी हे निमित्त होऊ लागलं. मौन पाळण्यासाठी आकडा रोजचा चढू लागला. त्या काळात पपांना जर खरी साथ मिळाली असती तर पपांनी आत्महत्या केली नसती.''
''कुणाची साथ हवी होती?''
''माझ्या आईची.''
''म्हणजे?''
''तिला पैसा हवा होता. कोणतीही किंमत देऊन तिला तो मिळवायचा होता. अपघातप्रकरण दाबून टाकण्यासाठी सरकारचे प्रयत्न आणि घरात आईचा असहकार. जस्टिसच्या घरात मुलगी देताना आईनं आणि तिच्या वडिलांनी फक्त पैसा पाह्यला होता. पपांची बुद्धिमत्ता, निस्पृहता, न्यायनिपुणता, निर्भीडता ह्या कशाचंही तिला कौतुक नव्हतं. तिला फक्त पैसा हवा होता. विचारांनी ती कधी एकत्र आलीच नाहीत. गप्प बसणं अशक्य झालं तेव्हा पपांनी आत्महत्या केली.''
''इट्स व्हेरी पॅथेटिक.''
''काय करणार?''

"पपा गेल्यावर तरी तुझी आई..."

"तेवढंच विचारू नका. ते आणखीन उबग आणणारं आहे."

विचारावं वाटलं पण धाडस होईना. तेही नंदानं जाणलं.

"पपा गेले, पण जाण्यापूर्वी सगळ्या कागदपत्रांचं टाचण आणि नोंद मागे ठेवून गेले. सत्य केव्हा तरी प्रकाशात येईल, ही त्यांना उमेद."

"मग?"

"पपा असताना त्यांच्याकडे एक फार मोठा पत्रकार येत असे. त्याच्याशी पपा सगळं भाबडेपणानं सांगत असत. आपण हे सगळं चव्हाट्यावर आणू, जनतेचा कौल घेऊ, मंत्र्यापेक्षा पक्ष मोठा असला तरी पक्षापेक्षा जनता मोठी असते असं तो म्हणायचा. त्याचा आवेश बघण्यासारखा असायचा. नुसता आवेशच असं नव्हे, त्याचं सगळंच बघण्यासारखं असायचं. साधा गाडीचा दरवाजा लावण्यासारखं काम. त्यातही डौल असायचा. आत्मविश्वास दिसायचा. माझी आई मंत्रमुग्ध झाली. जगाचा निरोप घेण्यापूर्वी, चौकशीचे सगळे महत्त्वाचे कागदपत्र, स्वत:च्या शेऱ्यासहित पपांनी त्याच्या स्वाधीन केले."

"म्हणजे पपांनी सांगून-सवरून..."

"नाही! सध्या तू वाच आणि परत कर असं पपा म्हणाले. आमच्या देखतच म्हणाले. तेव्हा कसलीच शंका आली नाही. पण त्या दिवशी पपा खूप मोठ्यांदा हसत होते. जरा जास्त बोलत होते. टाळ्या देत होते. कधी जागरण न करणारे पपा त्या दिवशी हास्यविनोदात मश्गूल झाले होते. चौकशीचं टेन्शन संपूर्ण विसरले होते. का विसरण्यासाठी तसं करत होते, काही कळत नव्हतं. कहर म्हणजे त्यांनी आमच्या देखत आईचा किस् सुद्धा घेतला आणि मग ते झोपायला जातो म्हणाले."

"किस् घेतला म्हणजे?"

"अगदी इंग्लिश चित्रपटात दाखवतात तसा किंवा कादंबऱ्यांतून ज्याचं दीर्घ चुंबन असं वर्णन करतात तसा. मग ते उठले, 'गुड नाइट फ्रेंडस्' असं म्हणाले आणि बेडरूममध्ये गेले."

"पुढे?"

"पुढे काही नाही. दॅट वॉज द लास्ट आय सॉ हिम– लास्ट!"

"का?"

"आई जाम लाजली होती, गोंधळली होती. ती एवढं म्हणाली, की आज तुझ्या पपांना काय झालंय सांगशील का?... आणि वाक्य पुरं व्हायच्या आत पपांच्या खोलीतून रिव्हॉल्व्हरचा आवाज आला. आम्ही खोलीत धावलो. पण, एव्हरिथिंग वॉज ओव्हर! खिशात चिठ्ठी– 'मी वाकलो नाही–' "

“पुढे काय झालं?”
“मग काय, पपांच्या चौकशीचा फार्स!”
“तुम्ही तिघांनी त्या क्षणी काय केलंत?”
“आम्ही दोघी पुरत्या भांबावून गेलो होतो. तो पत्रकार तशाही परिस्थितीत सावध होता. त्याने प्रथम ती कागदपत्रांची फाईल डिकीत टाकली आणि मग त्याने पोलिसांना फोन केला.”
मी अभावितपणे म्हणालो, “वंडरफुल!”
“पोलीस आले. मंत्री आले. घराचं दोन महिने थिएटर झालं.”
“थिएटर का म्हणतेस?”
“तेवढा एकच शब्द योग्य आहे. आमच्या एकाच सेटवर किती प्रवेश झाले, केवढं भीषण नाट्य झालं आणि किती नटसम्राटांनी पायधूळ झाडली ते मी एकटीनं पाह्यलं. त्या काळात सांत्वनाचा बुरखा पांघरून राग, लोभ, मत्सर, हेवा, भय... काय काय भेटून जावं? पपा मेले म्हणून कितीतरी लोकांनी आनंदोत्सव केला. विमानातील दोनशेएकवीस आणि माझे पपा बाविसावे ह्यांच्या जीवावर अनेकांनी दिवाळी केली. नाच केला आणि त्या नृत्यात माझ्या प्रत्यक्ष आईनंही महत्त्वाची भूमिका केली.”
“काय सांगतेस?”
“पपांचे कागदपत्र त्या पत्रकाराकडे होते. तोंड गप्प ठेवण्यासाठी जे तीन लाख आमच्या घरात येणार होते ते तसेच्या तसे त्याच्या घरात गेले आणि फक्त पैशावरच प्रेम असलेली माझी आई पाठोपाठ त्याच पत्रकाराकडे गेली.”
“खरं?”
“पपा गेल्यावर तिने वर्षाच्या आत त्या माणसाशी पुनर्विवाह केला आणि ज्यांचे हात अडकले होते त्यांनी त्या लग्नाला तीन लाखांचा हुंडा दिला. धिस इज लाईफ! माणसांचा असा अनुभव आल्यावर, एकांत हाच मित्र का वाटू नये? ह्या नव्या मित्रानं, एकांतानं मला नादाचं सामर्थ्य किती असतं हे सांगितलं आणि मौनानं शब्दांचं महत्त्व पटवून दिलं.”
“तू एकटीच राहायला लागलीस?”
“तेव्हापासून एकटीच. तुमची ओळख होईपर्यंत. मी आईबरोबर जाणं शक्यच नव्हतं.”
“पण त्या घरात तू राह्यलीस कशी एकटी?”
“मी तशी एकटी नव्हते. मला अंगाखांद्यावर वाढवणारी तानी होती, आजही आहे. स्वयंपाकाला बाई होती. गडी होता आणि पपांची हजारो पुस्तकं होती. आईची पैशाची हाव पाहून पपांनी सगळे पैसे माझ्या नावावर केले होते.

कमतरता कशाचीच नव्हती. पपांचं अस्तित्व तर सतत मला त्या वास्तूत जाणवत होतं. पुस्तकं तर माणसाला खूपच साथ देतात. घरात वकिलीची पुस्तकं पडली होती म्हणून मी वकिली करायची नसताना बी.ए., एल.एल.बी. झाले.''

मी म्हणालो, ''एवढं शिकल्यानंतर प्रॅक्टिस का करायची नाही?''

नंदा म्हणाली, ''धंद्यासाठी शब्द राबवायला लागलं की शब्दाची ऐट जाते. शान संपते आणि एक गंमत सांगू का? पपांच्या पुस्तकांवर प्रेम करता यावं म्हणून मी वकिलीचा अभ्यास केला.''

नवल वाटून मी म्हणालो, ''हे मात्र विलक्षणच!''

''विलक्षण असेल पण निरर्थक नाही. पुस्तक म्हणून आपण पुस्तकावर प्रेम करत नाही. आपल्याला ज्या विषयाची आवड असते त्याच पुस्तकांची आपण बडदास्त ठेवतो. बाकीच्या पुस्तकांना आपण सावत्र भावंडांसारखं वागवतो. पपांची आठवण झाली की मी त्यांचं हाताला येईल ते पुस्तक घेत असे. ह्या पुस्तकाला पपांचे हात लागले आहेत, ह्या भावनेनं मी पुस्तक कुशीत घेऊन झोपत असे. केव्हातरी वाटलं, पुस्तकाला कुशीत घेता घेता आपल्याला पुस्तकाच्या कुशीत जाता येईल का? एवढ्या साध्या, वेडगळ, भावनात्मक पातळीवरूनच मी पुस्तकं जवळ केली. शिकले आणि पुस्तकांची झाले. ह्याच पुस्तकांनी मला शब्दांबद्दल काटेकोर बनवलं. मला आता वावगा, गैरलागू किंवा अप्रस्तुत शब्द चालतच नाही. माणसं शब्द फार उधळतात.''

नंदा थांबली.

मीही गप्प होतो. जरा वेळ तसंच बसावंसं वाटलं. एखादं धुंद करणारं गाणं थांबलं की जसा त्या गाण्याचा 'हँग' येतो तसं नंदाच्या निवेदनानं झालं आणि मग जरा वेळानं आम्ही कोणत्या विषयावर सुरुवात केली हेच आठवेना.

मी तिला विचारलं, ''हे सगळं कोणत्या विषयावरून निघालं ग?''

नंदाची मेमरी पण तशीच! ती पटकन म्हणाली, ''तारतम्य की स्वार्थ ह्या शब्दावरून.''

''अरे, खरंच की!''

''मग आता उत्तर द्या.''

''जान्हवी ही एक फार फार चांगली व्यक्ती आहे. तिचं चांगुलपण कशात आहे असं विचारलंस तर नेमकेपणानं बोट ठेवून सांगता येणार नाही, पण तिच्या सहवासात सतत एका अनामिक स्नेहाचा सुगंध जाणवत राहतो.''

नंदा म्हणाली, ''शी मस्ट बी अ गुड् सोल.''

शब्दाबद्दल जागरूक असलेल्या नंदाचं प्रत्येक विधान आता आपणही समजून घेतलं पाहिजे.

मी विचारलं, ''कोणत्या अर्थानं म्हणतेस?''
''चांगुलपणाला संदर्भ असला की त्याला मर्यादा पडतात. कारण त्या संदर्भाव्यतिरिक्त ती व्यक्ती इतर बाबतीत कंटाळवाणी वाटते, नकोशी होते. तिला टाळावंसं वाटतं.''
मी पटकन ते मानलं.
नंदा म्हणाली, ''मग तुम्हाला आपली खरी खरी ओळख करून द्यायला काहीच हरकत नाही.''
''विचार करून ठरवीन.''
''आता विचार कसला?''
''नंदा, एखाद्या बाईला जर कोणी मी सांगतो तो प्रश्न विचारला तर ती काय उत्तर देईल?''
''प्रश्न सांगा.''
''व्यसनापायी तो हळूहळू पोखरला जात आहे. त्याच्या लिव्हरवर त्याचा परिणाम होत आहे. केव्हातरी आपण असं विचारलं, 'समजा, तुमचा नवरा एका फार मोठ्या पदावर आहे. तो हजारो रुपयांच्या उलाढाल्या करतो. सरकार दरबारी त्याची बऱ्यापैकी वट आहे. त्याच्या निर्णयावर काही गोष्टी अवलंबून आहेत. शारीरिक, भावनात्मक आणि बुद्धीचा कस लागेल अशा सगळ्या स्तरांवर त्याची सतत झीज चाललेली आहे. हे सर्व ताण विसरण्यासाठी त्याने मद्यपानाला प्रारंभ केला. त्याला कोणत्याही जबाबदाऱ्या टाळायच्या नाहीत. मद्यपानाचा गंभीर परिणाम होऊ शकतो. तुमचा संसार अर्ध्यावरच थांबू शकतो. ह्या उलट तुमच्या नवऱ्याची एक मैत्रीण आहे. तिच्याकडे त्याचं जाणं-येणं आहे. कदाचित त्या मैत्रीचे धागेदोरे खोलवर गेलेले असतील. पण त्यामुळेच तो नव्या नव्या आव्हानाला सामोरा जात आहे. त्याचा उत्साह टिकून आहे. तुमच्या स्थानाला त्याने धक्का लावलेला नाही. तर नंदा, ह्या दोन गोष्टींपैकी नवऱ्याचा कोणता छंद बायका मान्य करतील, सांगतेस?''

राहवलं नाही म्हणून मी एके दिवशी सासूबाईंना विचारलं,
''माझ्या मनात खूप दिवस एक प्रश्न आहे. विचारावं असं फार वाटलं पण...''
''कसं विचारायचं असं वाटलं, हो ना?''
''हो.''
''शरू, तुला ह्या घरी येऊन किती दिवस झाले?''
''का?''
''म्हणजे असं, तू आता ह्या घराला नवखी राह्यलेली नाहीस.''

"मुळीच नाही."

"आम्ही सगळे एकमेकांशी कसे वागतो, बोलतो, चालतो हेही तू पाह्यलंस ना?"

मी मान हलवली.

"तुला धक्के बसले असतील?"

"मुळीच नाही. उलट मी सर्वांना सांगते, की हे जगावेगळं सासर आहे. सासर म्हणायचं तेही रिवाज म्हणून."

"कोणत्या अर्थानं जगावेगळं?"

जे मला प्रतिक्षणी जाणवत आलं होतं ते सगळं आठवत मी म्हणाले,

"हे घर भीती, धाक, दरारा ह्यांवर उभं नाही, ही ह्या घराची सर्वांत मोठी शक्ती आहे. प्रत्येकानं दुसऱ्या व्यक्तीला इतकं खोलवर जाणून घेतलेलं दिसलं, की कोणती गोष्ट कुणाला आवडणार नाही ह्याचा पत्ता लागल्यावर अप्रिय गोष्टी इथं, धाक न दाखवता, घडतच नाहीत. मी पुष्कळदा ह्या घरात कमी पडली असेन, पण तेही कुणी जाणवून दिलं नाही. एवढा समंजसपणा आणि दोन माणसातलं नातं, आमच्याही घरात सांभाळलं जात नाही."

सासूबाई माझ्याकडे पाहत राहिल्या. एवढ्या प्रांजल निवेदनाची त्यांना अपेक्षा नव्हती का? त्यांनी काही वेळ पाह्यलं आणि त्या छान हसल्या आणि हसता हसताच त्यांचे डोळे एकदम भरून आले. मी अभावितपणे पुढे झाले. त्यांच्या मांडीवर हात ठेवला.

"माझं काही चुकलं का?"

"नाही बेटा, मला एकदम नंदाची आठवण झाली. मोठी गोड पोरगी होती. तिच्याकडे खूप शिकण्यासारखं होतं."

मी गप्प बसले.

नंदाबद्दलच खरं तर मला कुतूहल होतं. ती माझी बयो होती. माझीच नव्हे, तर ह्या घराची, कुटुंबाचीच ती बयो होती. मी ह्या घरात आले आणि दोनच वर्षं जेमतेम तिचा सहवास मला लाभला. बयो म्हणजे हे घर आणि हे घर म्हणजे बयो, असं समीकरण झालं होतं. मी बयोच्या घरी, माहेरी जावं तशी राहायला जात असे. तिन्हीत्रिकाळ चमचमीत खात असे. तिच्या पपांच्या देखण्या पोर्ट्रेटकडे पाहत असे आणि चक्क बयोच्या कुशीत झोपत असे.

आपल्या सासऱ्याची ही प्रेयसी हा विचार पण माझ्या मनात कधी आला नाही. सचिनच्या आईनं हे सगळं कसं सावरलं? किती सोसलं? हे प्रश्न मनात होतेच. नंदाच्या आठवणीनं ह्या बाईच्या डोळ्यांत आजही पाणी येतं. हे कसं?

मी विचारायच्या आधीच सासूबाईंनी सांगायला प्रारंभ केला. त्या म्हणाल्या,

“हे घर आणि नंदा, हा लोकांचा एक कायमचा कौतुकाचा आणि कुतूहलाचा विषय होऊन बसला होता. कौतुकापेक्षा कुतूहल जास्त आणि तेही माझ्यासंदर्भात जास्त. निर्लज्ज, कोडगी, स्वाभिमानशून्य इथपासून अनेकांच्या अनेक शिव्या मी खाल्ल्या. ज्यांचा तसा काही संबंध नव्हता आणि ज्यांनी कोणतीही झळ लावून घेतली नसती अशांची बोलणी जास्त. मग त्यांचा मोर्चा सचिनच्या वडिलांकडे वळला.

दिनकरराव भाग्यवान पुरुष! का? तर माझ्यासारखी बायको मिळाली म्हणून. त्यांच्या मैत्रिणीचं मी मनापासून स्वागत केलं म्हणून. लोकांना कमालीच्या उठाठेवी हव्या असतात. बोल बोल बोलले, थकले आणि गप्प बसले.”

मी म्हणाले, “तुम्ही खंबीर उभ्या राह्यलात म्हणून.”

सगळा पट डोळ्यांसमोर विजेसारखा चमकून गेल्याप्रमाणे सासूबाईंचा चेहरा बदलला. क्षणभर त्यांचं शरीर ताठ झालं. पुन्हा त्या नेहमीसारख्या झाल्या आणि म्हणाल्या,

“कोणत्या तरी नाटकातलं वाक्य आहे, स्वार्थासारखा गुरू नाही. मी त्याच आश्रमातल्या गुरूची शिष्या. कसली खंबीर अन् कसलं काय–”

कुतूहल असूनही मी चेहरा कोरा ठेवला. मला हवं ते सगळं समजणार होतं. जुळवाजुळव करीत सासूबाई म्हणाल्या,

“नेहमीच्या रात्रीसारखी ती रात्र नव्हती. अर्थात ह्यांच्या शेजारी झोपेपर्यंत ते मला माहीत नव्हतं. नेहमीप्रमाणे हे जवळ आले. म्हणाले, ‘जान्हवी, मला तुझ्याशी आज निराळं बोलायचं आहे. पण त्यापूर्वी माझ्या एका प्रश्नाचं मला उत्तर हवं आहे. जे ऐकायला प्रिय वाटेल असं उत्तर नकोय. प्रश्नाचं जे स्वाभाविक उत्तर असेल ते हवंय, ही अट. कबूल?’

मी ‘हो’ म्हणाले.

मग त्यांनी सुरुवात केली. ते म्हणाले,”

“प्रत्येक माणूस हा एक निराळा घटक असतो. त्याला त्याचं स्वत:चं असं ज्याप्रमाणे स्वतंत्र अस्तित्व असतं त्याप्रमाणे विचार, आचार, सुखदु:ख आणि गरजा असतात. माझी प्रत्येक गोष्ट म्हणूनच तुला पटेल, रुचेल असं नाही आणि तसंच ते तुझ्याही बाबतीत मला आवडेल असं नाही. शेवटी ज्याला त्याला ज्याचं त्याचं आयुष्य असतं. कबूल?”

“इथपर्यंत कबूल.”

“म्हणूनच, तुला एखादी गोष्ट, घटना आवडणारच नाही ह्याची ठाम खात्री असल्यावर मी ती लपवून करावी, प्रतारणा करावी की तुला आवडणार नाहीच आहे, पण मी प्रतारणा करणार नाही, खोटं बोलणार नाही, ह्यातली कोणती

भूमिका तुला आवडेल?''

मी विचारलं,

''मला जे आवडणार नाही ते मुळातच तुम्हाला का करावंसं वाटतं?''

''परिस्थितीमुळे.''

मी चेष्टेत विचारलं, ''सामाजिक, आर्थिक की राजकीय? अशी कोणती परिस्थिती कोसळलीय?''

ते शांतपणे म्हणाले,

''त्याहीपेक्षा बलाढ्य परिस्थिती आहे. मला फक्त एवढंच सांग, मी तुला ती न आवडलेली गोष्ट मी तुला तुझ्याशी प्रतारणा न करता केली ह्याचं समाधान वाटेल की...''

''उद्या सकाळी सांगेन.''

''असा टाइमबॉम्ब लावून ठेवायचा नाही.''

मी मध्येच विचारलं, ''म्हणजे काय?''

''वा! त्यांचा तो पेटंट शब्द. हल्ली फारशी तशी वेळ येत नाही. पूर्वी मी म्हणत असे की वेळ येईल तेव्हा सांगेन. मग ते म्हणायचे, 'टाइमबॉम्ब लावून ठेवायचा नाही म्हणून.' त्या रात्री विषयच निघाला नाही. आम्ही न बोलता झोपलो.''

मी आश्चर्याने विचारलं,

''तुम्हाला शांत झोप लागली?''

''अगदी झकास!''

''मामंजी काय सांगतील, काय ऐकावं लागेल, असं काही वाटलं नाही?''

''सांगून सांगून ते काय सांगणार? काही तरी एखाद्या बाईबद्दल असणार हे मी ओळखलं होतं.''

''तुम्ही ते कसं ओळखलंत?''

''नवरा प्रस्ताव करायला लागला की ओळखावं की काही तरी प्रकरण असणार.''

माझं हसणं संपेपर्यंत त्या थांबल्या. मी नुसतं 'पुढे' ह्या अर्थानं पाह्यलं.

''दोन दिवसांनी प्रत्यक्ष त्या बलाढ्य परिस्थितीला घेऊनच ते घरी आले. मी नंदाला पाह्यलं आणि मुग्ध झाले. वेड्यासारखी बघतच राह्यले. ओळख करून देताच तिने मला पटकन वाकून नमस्कार केला. मी तिला म्हणाले, ''वाकून नमस्कार करण्याइतकी मी मोठी नसले तर?''

तिच्या जिभेवर उत्तर तयार असावं. ती पटकन म्हणाली,

''नम्र व्हावंसं वाटतं ते भावनेपोटी. वयाचा संबंध येतोच कुठे?''

तिने नंतर घराचा ताबाच घेतला. कमरेला पदर खोचून ती थेट स्वयंपाकघरात आली. बरोबरीनं काम केलं. जेवायला थांबली. गाडीतून आम्ही सगळेच तिला,

तिच्या घरापर्यंत पोहोचवून आलो.

घरी आल्यावर मी कोणतीही प्रतिक्रिया व्यक्त केली नाही. काही दर्शवलंच नाही. दैनंदिन कार्यक्रमात फरक नाही की नेहमीच्या बोलण्याच्या स्वरातही बदल नाही. रात्री ते नेहमीसारखे जवळ आले. त्या वेळेला पण मी नेहमीचीच होते. दोन दिवसांनी मी सहज, 'भाऊकडे चार दिवस जाऊ का?' म्हणून विचारलं. ते 'जा' म्हणाले. मला स्टेशनवर स्वत: सोडायला आले. मी गाडीत बसले आणि मग मात्र चिक्कार रडून घेतलं. मनाचा निग्रह करून बाहेर पडले होते तरी रडायला आलंच.''

''मनाचा निग्रह म्हणजे?''

''मी घर सोडून बाहेर पडले होते!''

''आणि हे?''

''सचिन तेव्हा आठ वर्षांचा होता. त्याला इथंच ठेवलं होतं. भावाकडे जायचं, त्याचा सल्ला घ्यायचा आणि मग तिथून पत्रानं कळवायचं असं ठरवलं होतं.''

''खरं?''

''अगदी खरं! भावाकडे गेले, तर भाऊच्या घराला कुलूप. शेजारी चौकशी केली तर निराळंच रामायण ऐकावं लागलं.''

''काय झालं होतं?''

''शेजारच्या बाईला तसं काही माहीत नव्हतं. तिने फक्त एक पत्ता दिला. 'कुणी आलं तर ह्या पत्त्यावर पाठवा' असं वहिनीनं सांगितलेलं. मग तीच रिक्षा फिरवली आणि नव्या पत्त्यावर गेले. वहिनी भेटली. ती तिच्या मैत्रिणीकडे राहायला गेलेली. बंधुराज ऑफिसच्या कामाच्या नावाखाली बाहेरगावी गेलेले. रात्री वहिनीनं आणि तिच्या मैत्रिणीनं, जे काय सांगायचं ते सांगितलं. आमचे बंधुराजही अडकलेले.''

मी चमकून पाह्यलं.

''जे माझ्या घरात होतं, ते तसंच माझ्या माहेरी पण घडत असावं, याला काय म्हणशील?''

''म्हणजे?''

''भाऊच्या ऑफिसातल्या एका मैत्रिणीपायी वहिनी घर सोडून आलेली. पुन्हा भाऊचं तोंड पाहायचं नाही, असा तिचा निर्धार. माहेरी पण ती जाणार नव्हती. मैत्रिणीकडे आसरा मिळताच तिने घर सोडलं. पुढं काय करणार विचारलं तर म्हणाली, 'तितकीच वेळ आली तर झोपडपट्टीत जाऊन राहीन.' मी तिथं फक्त अठ्ठेचाळीस तास काढले आणि मुकाट्याने परतले. वहिनीला चल म्हणाले. तेव्हा ती म्हणाली, 'स्वत: काहीतरी जेव्हा करून दाखवीन तेव्हा मानानं येईन.' ''

मी भीत भीत विचारलं, ''तुम्ही परत का आलात?''

"स्वार्थ म्हणून! मी माणूस आहे. सामान्य जीव म्हणतात तशी. देवता वगैरे मुळीच नाही. नुसतं आयुष्य माणूस कुठंही कंठू शकतो. मला वैभवाची, आरामाची चटक लागलेली. रोजची उशी एक दिवस जरी मिळाली नाही तरी लगेच माना अवघडून जाणारी माणसं आपण. चूपचाप परत आले. हे एक आणि परिचयानं नंदावर जीव जडला. तिचाही इतिहास समजला आणि वाईट वाटलं. केव्हातरी मग मीच ह्यांची समजूत घातली. 'अपराध केल्यासारखे वावरू नका' असं म्हणाले. त्याच वेळेला मला देवता वगैरे समजू नका हेही सांगितलं. तो जीव माझ्या ह्या आधारामुळे पुन्हा किती सरसरून उभा राह्यला हे तुला कसं सांगू?"

मी अवाक् होऊन बघत होते.

उसंत घेऊन त्या म्हणाल्या,

"ती पोरगी खरंच लाखात एक होती. मूळचीच ती चांगल्या घराण्यातली. माझा विरोध नाही हे समजल्यानंतरही त्या दोघांचा संयम वाखाणण्यासारखा होता. स्वातंत्र्य लायक, पेलणाऱ्या माणसांना दिलं गेलं असं मला वाटत राह्यलं."

मी मध्येच म्हणाले,

"तुमच्या ह्या जगावेगळ्या मोठेपणापायीच ती दडपून गेली असतील."

"तेही शक्य असेल. माणसाच्या मनाबद्दल कोणते आडाखे बांधायचे? आणि कसे? मी मात्र त्यांच्यावर दडपण यावं म्हणून मोठेपणा दाखवला नाही. अगतिक होते, भ्यालेली होते म्हणून तसं घडलं. संसारसुख आणि ऐषआराम ह्यांना मुकेन का, ही भीती होती. दुसरं लग्न करायचं नाही हा कायदा झाला नसता तर मी काय केलं असतं हा विचार पण मनात होताच. पण हे सगळं प्रथम. नंतर त्या पोरीनंच जीव लावला. ह्यांना ती मनापासून आवडली आहे, हेही समजलं. तुझे मामंजी जर फुलपाखराच्या वृत्तीचे असते तर मी पण गय केली नसती. पण नंदाच्या बाबतीत मला सगळंच माफ करावं लागलं आणि शरू, तुला गंमत सांगते, नंतर नंतर नंदू माझ्या संसारात एवढी गुरफटली की तिचे व त्यांचे संबंध पण गौण झाले. वहिनीसारखा वेडेपणा मी केला असता तर कायम दयेचा विषय झाले असते मी. पण शेवटपर्यंत आदराचा विषय ठरले. माझं ह्या घरातलं स्थान गृहिणीपेक्षा वरचं ठरलं. एक मोडू पाहणारं घर उभं राह्यलं. एक पुरुष होता त्यापेक्षा मोठ्या स्थानावर गेला. मी जर असहकार केला असता तर हे घर कोसळलं असतं. हे सगळं वाचलं. दर्जा अबाधित ठेवून वाचलं. तुझे मामंजी व्यावहारिक, व्यावसायिक जगात मोठे होत गेले, त्यात नंदाचा आणि माझा दोघींचा हिस्सा होता. ह्याच अनुभवावरून उद्या जर माझी कुणी मुलाखत घ्यायला आलं तर मी सांगेन..."

मी मध्येच म्हणाले,

"उद्याच कशाला? आत्ताच सांगा, तेही तुमच्या ह्या सुनेला सांगा."

सासूबाई म्हणाल्या,

"संसार टिकतो कधी? तर ऐक! संसारातल्या प्रत्येक व्यक्तीची सुखाची साधनं, सुखाच्या जागा, कल्पना ह्या वयानुरूप, कालानुरूप निरनिराळ्या असतातच आणि त्याप्रमाणे प्रत्येकजण, त्याच्या कल्पनेतल्या सुखामागे पळतोही. पण संसार टिकतो तो कसा? तर दुःख जेव्हा सगळ्यांचं एकच होतं तेव्हा घर उभं राहतं. ह्या घराचं तेच झालं. नंदा ही एकट्या तुझ्या मामंजींची राह्यली नाही. ती आपली होती. म्हणूनच रडण्यावर विश्वास नसलेला माझा पोरगा पण रडला आणि 'आपली नंदू गेली' असं म्हणत ह्यांनी प्रथम धाव घेतली ती माझ्याजवळ. नाहीतर एकटेच कुठेतरी अश्रू गाळत बसले असते. आम्हाला पत्ताही लागला नसता. तेव्हा पोरी, ऐक. लग्नात मी तुला उपदेश केला नाही, पण लक्षात ठेव, संसारात, एक क्षण भाळण्याचा, बाकी सगळे सांभाळण्याचे!''

◆